இருளின் மீது படரும் ஒளியே!

எழுத்து – அ.ச.சே.

-மனிதன் ஒரு சோதனைக்கு உட்படுத்தப்பட்ட பூனை! தேடல் அவனைக் கொன்று விடுகிறது

இருளின் மீது படரும் ஒளியே!-கதை
© அருண் சந்திரசேகர் 2022
முதல் பதிப்பு: ஏப்ரல் 2022

வெளியீடு:
ஏலே பதிப்பகம்
5/175, பாத்திமா நகர்,
கூத்தென்குழி,
திருநெல்வேலி – 627104
தொடர்புக்கு: 9944992571

Irulin Meedhu Padarum Oliye! - Story
All Copy Rights Reserved By © 2022
Author: Arun Chandra Sekhar
First Edition: April 2022

Published By:
Aelay Publish
5/175, Fathima nagar,
Kuthenkuly,
Tirunelveli -627104
Phone: 9944992571

Design And Executed by

ISBN : 978-93-5533-386-5
Page : 112.

- பூனை பெட்டிக்குள் சென்றதும் ஷோடிங்கர் அதை மூடி விடுகிறார்.

இருள், அழகான பெயர்.இருளில் என்ன அழகு இருக்கிறது? இருளை யார் விரும்புவார்கள்? பயம் கொள்ளவல்லவா செய்வார்கள் என நீங்கள் எண்ணுவது எனக்கு வியப்பளிக்கவில்லை.

அவன் பெயர் இருள்.ஆம் அவன் நண்பர்கள் அவனை அவ்வாறே கூப்பிடுவார்கள்.அம்மா அப்பா வைத்த பெயர் இருளப்பன்.தன் நிறத்தை பார்த்து வைத்து விட்டார்கள் என்பது அவன் நினைப்பு.பலமுறை தனக்கான கோவத்தை வீட்டில் கடிந்து கொள்வான்.

அவ்வளவு வெறுப்பு அவனுக்கு அந்த பெயர் மீது. பள்ளிகூடத்திலோஇருள் இருள் என்று சுருக்கமாக கூப்பிட தனக்கு வாயித்தது அவ்வளவு தான் என்று விதி மீது பழிபோட்டுக் கொண்டே கல்லூரி காலத்தை நோக்கி நகர்ந்தான்.

சின்ன வயசுலே ஸ்ரீசெல்வி னு ஒரு பொண்ண புடிச்சு போய் "ஐ இதய சிம்பல் யூ" னு பேப்பர் ல எழுதி குடுத்தப்போவே பதிலுக்கு அவ `போல கருப்பா' னு திட்னது கூட காரணமா இருக்கலாம்..

நிறத்தைப் பற்றிய புரிதல் இன்றளவு நம் நாட்டில் முன்பு இருந்ததை விட எவ்வளவோ பரவாயில்லை என்று நான் எண்ணுகிறேன்.அமெரிக்கா போன்ற மேலை

நாடுகளில் ஆப்பிரிக்கர்களை நிற வேற்றுமை காரணமாக அடிமைப் படுத்தியது,துன்புறுத்தியது, ஏன் உயிர் பலி சம்பவங்கள் நிகழ்த்தப்பட்டது கூட நாம் ஒரு காலத்தில் கேள்விப்பட்டதே.

Mandela முதல் George Floyd என்ற அமெரிக்க வாழ் அப்பிரிக்கருக்கு நடந்த சம்பவம் வரை இன்னும் நம் மனதில் நீங்கா இடம் பிடித்துள்ளது குறிப்பிடத்தக்கது.

ஆயிரத்து தொள்ளாயிரத்து நாப்பதுகள்ல நடத்தப்பட்ட ஒரு ஆய்வுல,சில குழந்தைகள் கிட்ட ரெண்டு பொம்மைகள் காட்டப்பட்டு அதுல எது அழகானதுன்னு கேள்வியும் கேட்கப்பட்டது.ஒரு பொம்மை வெள்ளை நிறம் இன்னொன்னு கருப்பு நிறம்.மற்றபடி இரு பொம்மைகளுக்கும் எந்த ஒரு வேற்றுமையும் கிடையாது.பெரும்பான்மையான குழந்தைகள் வெண்மை நிற பொம்மையையே தேர்ந்து எடுத்தாங்க.கருப்பு நிறத்த புறக்கணிச்சுருக்காங்க.குழந்தைகள்னு இல்ல பெரியவங்ககிட்ட கேட்டா கூட இப்போவும் வெள்ளை பொம்மைய தான் தேர்ந்து எடுப்பாங்களோனு நெனைக்கிறேன்.அந்த காலத்துல இருந்து இப்போ வரைக்கும் பல நாடுகள்ல கருப்பு நிறம் ஒரு வேற்றுமையா தான் பாக்கபட்டு வருது.

இந்தியாவில் நிறவேற்றுமை என்பது முற்றிலுமாக ஒழிந்து விட்டதா என்றால் பதில் இல்லை.

"ஏங்க பொண்ணு கொஞ்சம் நெறம் கம்மியா இருக்கு கூடுதலா பத்து பவுன் போடணும்ணு மாப்பிள்ளை வீடு சார்பா கேட்டுக்குறோம்" னு மாமியாக்காரி அச்சாரம் போடுவது இன்றளவும் இல்லாமல் இல்லை.அதான் கூறினேன், இந்த மாதிரியான விஷயங்கள் குறைந்து இருக்கிறதே தவிர முற்றிலும் ஒழிந்ததா என்றால் என்னிடம் பதில் இல்லை.

இப்போது இதற்கும் இருளப்பன் கதைக்கும் என்ன சம்பந்தம் இருக்கிறது?பெரிதாக ஒன்றுமில்லை,எதோ தோன்றியது கூறினேன்.சரி கதைக்கு வருவோம்.

பள்ளிகூட காலத்தில் "ஏன் என்னை எருமைனு திட்ரிங்க.. கருப்பா இருக்குன்னா?" ஒரு காளமாடு பசுமாடுனு திட்றது!னு வாத்தியார்கிட்ட சொல்லி வகுப்பறைக்கு வெளிய நின்னு படிச்சவனுக்கு கல்லூரி வாழ்க்கை கொஞ்சம் மாற்றத்தை தருமானு மேற்கொண்டு படிச்சு பாப்போம்.

பள்ளிகாலத்துல ஆங்கிலத்த மனப்பாடம் பண்ணி படிச்சவன் கல்லூரில போய் தெனற ஆரம்பிச்சான்.காரணம், இருளுக்கு ஒரு பாடத்த ஆங்கிலத்துல படிக்கிறதே கஷ்டம்.காலேஜ்ல ஒட்டு மொத்த பாடமும் ஒரே சங்கீதம்.

ஆனா ஆங்கிலம் ஒன்னும் அவ்ளோ கஷ்டமான விசயம் இல்லைன்னு அவன் நண்பன் சுடலை அவனுக்கு நல்லாவே புரிய வச்சான்.

ஆமா நான் உங்களுக்கு இன்னும் சுடலைய அறிமுகப் படுத்தலையே! இல...!

சுடலை இருளுக்குனு இருந்த ஒரே
நண்பன்.எப்டியோ தெரியல, இருளால
மத்தவங்கள புரிஞ்சுக்க முடிலையா,இல்ல
மத்தவங்களால இருள புரிஞ்சுக்க
முடியலையானு தெரில.இருளுக்கு அவ்ளோ
நண்பர்கள் எல்லாம் இல்ல.அவன்
பன்னிரெண்டாம் வகுப்பு முடிச்சதும்
முழுஆண்டு லீவு விட்டாங்க.அப்போ இருளோட
ஊருக்கு சுடலை குடும்பம் வெளிஊர்ல இருந்து
வந்தது.

அந்த அழகான ஊர்ல தண்ணிப் பஞ்சம்னே
ஒன்னு இல்ல.ஊரசுத்திலும்..வயல்கள்,ஆறு,ஏரி,
வாய்க்கால்கள்.இவ்ளோ ஏன் கொஞ்ச தூரம்
பேருந்துல பயணம் பண்ணா அழகான
முக்கடல் கூடும் முழு அழகையும் பாத்து
ரசிக்கலாம்.

என்ன ஒன்னு அப்போ அப்போ
பெருமழைவரும்போது அணைகள்ல இருந்து
தண்ணீர் திறந்து விடப்பட்டு ஊருக்குள்ள
வெள்ளம் வந்து வீடுக்குள்ளலாம் தண்ணி
வந்துரும்.அப்புறம் என்ன அந்த அழகான ஊர்ல
இருக்குற அப்பாவியான குடும்பங்கல்லாம்
மண்டபம்,பள்ளிக்கூடம் னு வெள்ளம் கொறயுற
வர தங்கி இருப்பாங்க.

அட என்னங்க இவன் அடிக்கடி கதைய விட்டு
வெளிய போறான்,இருள பத்தி சொல்றேன்னு
பாதில விட்டுட்டு கலரபத்தி சொல்றான்,ஊர
பத்தி நல்லவிதமா சொல்றாப்புல குறை
சொல்றான்.

சுடலைய அறிமுகபடுதுறேன்னு சொல்லிடு எங்க எங்கயோ போறான்.இதெல்லாம் சரி வராதுங்க.

அட நீங்க வேற கோவிக்காதிங்க.மேற்கொண்டு படிங்க.எங்க விட்டேன்? ஆன்..சுடலை..

அந்த ஊர்லையே இருளுக்கு இருந்த ஒரே நண்பன் சுடலை.சுடலை இங்கிலீஷ் மீடியம் லாம் படிச்சுருக்கான்.நல்ல குடும்பம்.சுடலைக்கும் இருளுக்கும் ஒரு வயசு வித்யாசம்.பதினொன்னாம் வகுப்பு விடுமுறைல இருக்குற சுடலையும் பன்னிரெண்டாம் வகுப்பு விடுமுறைல இருக்குற இருளும் அப்டி ஊற சுத்துனாங்க.அவங்களுக்குன்னு நேந்து விட்டது மாதிரி அழகான குளமும் ஒரு பழைய இருசக்கர வண்டியும் அவங்களோட சொத்து.அந்த ஊர்ல இருக்குற எல்லா புரோட்டா கடையோட சால்னா சுவையும் அவங்க நாக்குக்கு அடக்கம்.சுடலைகிட்ட இருந்த அந்த பட்டன் செல்லுல இருக்குற இன்டர்நெட் வசதிய பயன்படுத்தி கண்டது,கடியதுன்னு எல்லா எழவையும் தெரிஞ்சுகிட்டாங்க.போற வார எல்லாரையும் கிண்டல் கேலி செய்து, அதாவது இருள்,சொடலயோட பாஷைல சொல்லனும்னா கிண்டி,கலாய்ச்சு அப்டியே ஒரு மாதம் தாண்டிச்சு.

லீவ் முடிஞ்சு சுடலை தன்னோட பனிரெண்டாம் வகுப்ப படிக்குறதுக்காக சொந்த ஊருக்கு

போனான்.அவன் குடும்பம் இங்க குடியேறுனதால ஹாஸ்டல் வாழ்க்கை தான் சுடலைக்கு.

சுடலை போய் நாலு நாளைல இருளோட வாழ்க்கை மறுபடியும் இருளானது மாதிரி அவனுக்கு தோணிச்சு.இருளுக்கு இன்னும் ஒரு மாசத்துல ரிசல்ட் வர போகுதுன்னு அவங்க அப்பாவும் அம்மாவும் நெனச்சு பாக்குற முன்னாடி காலண்டர்ல ஒரு மாசம் ஓடிரிச்சு.இருள் ஓரளவு நல்ல மதிப்பெண் வாங்குனத சொல்றதுக்காக சொடலைக்கு ஒரு ரூபாய் காயின் பூத்ல இருந்து போன் செய்தான்.நலம் விசாரிச்சு முடிக்கயில அடுத்த ஒரு ரூபாய பூத் உள்ளார போட்டான் இருள்.சுடலைகிட்ட கல்லூரில சேந்து படிக்க போறதா சொல்லிட்டு "மச்சான் ரெண்டு ரூபா தான் கொண்டு வந்தேன்.இன்னும் 34செகண்ட் தான் இருக்கு, எதுனாலும் சீக்ரம் சொல்லு"னு சொல்ல, இருள் கிட்ட சுடலை சொன்ன ஒரு விஷயம் "மச்சான் சீக்கிரம் ஒரு செல்போன் வாங்கு.குறிப்பா செகண்ட் ஹான்ட்னாலும் பரவாயில்ல,ஆனா இன்டர்நெட் வசதி இருக்குற மாதிரி வாங்கு.Facebook னு புதுசா ஒரு விஷயம் வந்துருக்கு.அதுல நம்ம பேசுனா செம்மையா இருக்கும்"னு சொல்றான்.

இது தான் சரியான நேரம்.மதிப்பெண்ண காரணங்காட்டி ஒரு நல்ல போன் வாங்கிரணும்னு இருள் கட்டம் கட்டிட்டான்.கல்லூரில எளிமையான பிரிவு எடுத்து படிக்கணும்னு ஆசைப்பட்ட இருளுக்கு அடுத்த கன்னிவெடி கால்ல பட்டுது.அதான்

இருளுக்கு அவன் கேட்ட மாதிரி செல்போன் வாங்கி குடுக்கனும்னா, தான் சொல்ற பிரிவு எடுத்து தான் படிக்கணும்னு இருளோட அப்பா முடிவு.

இருளோட அப்பா ஒரு டாக்ஸி டிரைவர்.அம்மா வீட்ல தான் இருகாங்க.ஹவுஸ் வைப்.மனிக்கவும் ஹவுஸ் வைப் னு சொல்லகூடாதுல,ஹோம் மேக்கர்.ஒரு காலத்துல இருளோட அப்பா நல்ல வசதி படைத்தவரா தான் இருந்தார்.அப்புறம் சில ஏமாற்றத்தினால இப்போ நிகழ்காலத்துல வண்டி ஓட்றார்.ஆனா அவர் மனசுல எப்போவுமே ஓடற விஷயம்,அடிக்கடி இருள் கிட்ட அவர் சொல்ற விஷயம், "என்னதான் நம்ம கடந்தகால வாழ்க்கைல நிறைய பணம் இருந்திருந்தாலும் இப்போ இருக்குற அளவுக்கு நம்மள்ட நிம்மதி இருந்ததில்லப்பா"

ஆமா இருள் பொறக்குறதுக்கு முன்னாடி இருளோட அப்பாவோட நெருங்குன நண்பன் செஞ்ச ஒரு ஏமாற்றம், ஏன் துரோகம் னு கூட வச்சுக்கலாம்.சரி பழைய கதைலாம் இப்போ எதுக்கு!

எங்க விட்டேன்?, ஹான்...இருளோட அப்பாக்கு இருள் ஒரு நல்ல பிரிவு தேர்ந்தெடுத்து படிச்சு முன்னுக்கு வரணும்னு ஆசை.பரீட்சை ரிசல்ட் அப்போ பயம் வருதோ இல்லையோ..பட பட னு சொந்தக்காரன் கிட்ட இருந்து அட்வைஸ் அருவியா கொட்டும்.அத படிக்க வைங்க,அந்த குரூப் எடுத்தா நல்லது.இந்த குரூப் படிச்சா எதிர்காலத்துல வேலை கிடைக்காது.

அப்டி இப்டின்னு ஒரு முடிவா நீ இத தான் படிக்கனும்னு சொல்லிடாரு இருளோட அப்பா.இருளுக்கு அது ஒரு பெரிய விஷயமா தெரியல.ஏன்னா ஒரு போன் அவன் கண்ணு,காது,மூக்கு,நாக்குன்னு எல்லாத்தையும் மறைக்குதே!

அவன் ஆசைப்பட்டபடியே இருளுக்கு அவங்க அப்பா இணையதள வசதி இருக்குற மாதிரி ஒரு போன்,அதும் 1585 ரூபாய்க்கு.என்ன ஒன்னு அது ஏற்கனவே ஏழுபேர் யூஸ் பண்ண போன்.ஆமா ஆனா இருளுக்கு அத பத்தி கவலை இல்ல.

செகண்ட் ஹேன்ட்டா இருந்தாலும் அது இருளோட முதல் போன்.இனி போன் பண்ண பூத் அ தேடி ஓடாண்டாம்.போன் கைல கெடச்ச கையோட அதுல ஒரு சிம் கார்டையும் போட்டு அதுக்கு அஞ்சு ரூபாய்க்கு இன்டர்நெட் ரீச்சார்ஜ் பண்ணி ஒரே சந்தோசம் தான் இருள்க்கு.பாவம் அவங்க அப்பாக்கு தான் செலவோட செலவு.

எது?அஞ்சு ரூபாய்க்கு இன்டர்நெட்டா?போங்கடா அங்க,இது தான் நாங்க கேட்டதுலையே உலகத்தோட ஆகச்சிறந்த பொய் னு நீங்க நினைக்கலாம்.அட நான் பொய்லாம் சொல்லலைங்க.சொல்லப்போனா வெறும் நாலு ரூபாய் தான் இன்டர்நெட்க்கு.ஒரு ரூபாய் மெயின் பேலன்ஸ்ல ஏறும்.

அடேய் இது உலக மகா உருட்டுன்னு நெனைக்கிறீங்களா,அப்போ கண்டிப்பா நீங்க

அந்த காலகட்டத்த வாழாதவங்க.இப்போலாம் கொறஞ்சது மாசம் இருநூறு ரூபாய்க்காவது ரீசார்ஜ் பண்ண வேண்டிய கட்டாயம் இருக்கு.அவ்ளோ மாற்றம்.அதுக்குன்னு நம்மளோட பொருளாதார நிலை மாறலையானு கேட்டா கண்டிப்பா மாறியிருக்கு.கேக்ற காச குடுக்குற அளவுக்கு மாறிருக்கு.சரி இப்போ எதுக்கு தேவை இல்லாம அந்தகாலம்,இந்தக்காலம்,90'S,2k லொட்டு லொசுக்குனு.நம்ம நம்ம கதைய பாப்போம்.

எங்க விட்டோம்? ஹான்..அவ்ளோ பெரிய தொகைக்கு ரீசார்ஜ் பண்ண இருள், தான் போன் வாங்குன விசயத்த தெரிவிக்க ஒரு ஒரு ஆளுக்கும் போன் அடிச்சு இதான் ஏன் நம்பர்.இருள் னு பதிச்சு வச்சுக்கோன்னு சொல்றதும்,போன் டைரில பதிஞ்சு இருக்குற நம்பர்களுக்குலாம் மிஸ்ட் கால் குடுத்து விளையாடறதும்,ஒரே அலப்பறை தான் போங்க.அப்பறம் முக்கியமான விஷயம், அந்த சின்ன திரைல முகப்புத்தகத்த பதிவிறக்கினான் இருள்..அதாங்க பேஸ்புக்.வெறும் 46kb தான்.இப்போலாம் KBங்கறது MB,GB னு ஆகிரிச்சு இல...

ஒரு ரெண்டு நாள் தான்,மொத்த முகபுத்தகத்தையும் முழுசா கரைச்சுகுடிச்சுடான் இருள்.

கல்லூரி திறக்க இன்னும் ஒரு மாதம் இருந்ததால கெடைக்ற நேரத்தை எல்லாம் போன்லையே கழிச்சான்.சுடலையோட நிறைய

நேரம் அரட்டை அடிப்பான்.இப்போலாம் துல்லியமா புகைப்படம் எடுக்குற கேமரா அளவுக்கு செல்போன்கள் வந்தாலும் அப்போ அவன் முக புத்தகத்துக்காக எடுத்துகிட்ட சுயபுகைபடம் அந்த காலகட்டத்துக்கேத்த தெளிவோடையும் இந்த காலக்கட்டத்துக்கு பாக்க கற்கால குகை ஓவியம் மாதிரியும் இருந்துது.புதுசு புதுசா நெறைய நண்பர்களும் கெடைச்சாங்க.

சில சமயங்கள்ல இருளோட அப்பா திட்டுக்கும் பஞ்சமில்லை."அந்தக் கருமத்தையே பாத்து கண்ணு ரெண்டும் அவிஞ்சு போயிராம கொஞ்ச நேரம் அத அணைச்சு வச்சுட்டு வெளில போய் வெளயாடலாம்ல"அப்டின்னு சொல்ற வரைக்கும் இருளோட தல குனிஞ்சு அந்த போன் அ பாத்தமட்டுக்கே தான் இருக்கும்.

ஒரு நாள் இருள் முகபுத்தகத்துல எதேர்சையா ஒரு பெயர பாக்குறான்.அது ஒரு பொண்ணோட ப்ரோபைல்.புகைப்படம் கூட அழகா இருந்திச்சு. ஊர் பிலிப்பைன்ஸ் னு எழுதப்படிருக்கு.அந்த பெயர் கூட எதோ "லஸ்மிவிட் ட டி டு...." னு இருளுக்கு ஒன்னும் வெளங்கல.ஏதோ ஒரு ஈர்ப்புல அந்த புரோபைல் கு ப்ரெண்ட் ரெக்குவஸ்ட் செய்தான்."ஹாய்,எப்டி இருக்க? "னு ஆங்கிலத்துல குறுஞ்செய்தியும் அனுப்பினான்.ஒரு ரெண்டு நாட்கள் ஆச்சு.ரெண்டு நாள் நாலு நாள் ஆச்சு.இருள் நண்பனா ஏற்றுகொள்ளப்படவும்

இல்லை.அவன் அனுப்பிய குறுஞ்செய்திக்குப் பதிலும் வந்தபாடில்லை.

இத பத்தி அவன் சொடலைகிட்ட சொன்னதும்,அதுக்கு சுடலை,"உள்ளூர் பொண்ணுங்களே நமக்கு பதில் செய்தி அனுப்ப மாட்டாளுவ,இது வெளிநாடு மாப்ள,கண்டுக்க கூட மாட்டாங்க."னு சொல்ல, அதுவும் சரி தான்னு இருள் சமாதனபட்டுகிட்டான்.சுடலைக்கு பொது தேர்வுங்கிரதால காலாண்டு அரையாண்டு விடுமுறைல கூட அவனால ஊருக்கு வர முடியல.இனி அடுத்த வர்ஷம் தான்.

இருள் இப்போ அவனோட கல்லூரி வாழ்க்கைல இணைஞ்சான்.ஆண்கள் மட்டுமே படிக்கும் பள்ளிகூடத்துல படிச்சவனுக்கு ஆண்,பெண் இருபாலரும் படிக்கிற கல்லூரில படிக்க கொஞ்சம் தயக்கமா தான் இருந்திச்சு.

கொஞ்சம் விருப்பம் இல்லாம தான் வகுப்பறைக்குள்ள நுழைஞ்சான்.நாளாக நாளாக,பள்ளி வாழ்க்கைய விட கல்லூரி வாழ்க்கை அவனுக்கு கொஞ்சம் பிடிக்க ஆராம்பிச்சுது.காரணம் மூணு இருக்கு.ஒன்னு, முதல் நாள்லயே அவனுக்கு சில நண்பர்கள் கிடைச்சாங்க.கல்லூரில இருந்து வீட்டுக்கு வர இரண்டு பேருந்துகள்ல பயணம் செய்யணும்.முதல் பேருந்து பஸ் ஸ்டாண்ட்க்கு போகும்.அங்க இருந்து இன்னொரு பேருந்துல வீட்டை நோக்கி பயணம் செய்யணும்.கல்லூரில இருந்து பஸ் ஸ்டான்ட்க்கு போற பேருந்துல அவன்

நண்பர்கள் சிலரும் ஏறுவாங்க.அந்த கொஞ்ச நேர பயணம் அவங்களுக்கும், பாக்குற நமக்கும் அவ்ளோ ஜாலியா இருக்கும்.

ரெண்டாவது விஷயம்,அவங்க கல்லூரியோட கணினி ஆசிரியர்,அவனுக்கு அவங்க மேல ஒரு ஈர்ப்பு.சொல்லப்போனா அவங்கள இருளுக்கு ரொம்ப பிடிக்கும்.கல்லூரி படிப்பு முடிஞ்சதும் அந்த டீச்சர் வீட்டுக்கு போய் பொண்ணு கேக்கணும்னு,இருள் சுடலைகிட்ட சொல்ல சுடலையோ,"எது அவங்க பொண்ணையா கேக்க போறோம்னு" கேலி செய்வான்.

இதுல தப்பா பாக்றதுக்கு ஒன்னும் இல்ல,இருளுக்கு அவங்க மேல இருந்தது ஒரு ஈர்ப்பு தான்.அவங்கள பிடிச்சுருக்கு.இவ்ளோ ஏன் அவங்களுக்கு கல்யாணம் கூட ஆகிருக்கலாம்.அது இருளுக்கு தெரியுமானு எனக்கு தெரியல.மாயை தான் அது.ஆராய்ச்சி பண்ணி அது தப்பு இது சரின்னு சொல்ற அளவுக்கு அங்க ஒண்ணுமே இல்லைன்னு நெனைக்றேன்.

மூணாவது விஷயம் இப்போ வேண்டாம்.கூடிய சீக்கிரம் உங்களுக்கே புரிய வரும்.

இந்த மூணு விஷயங்களுமே அவன் வாழ்க்கைல ஏற்படுத்த போற பாதிப்பு அப்போ அவனுக்கு தெரியல.பாதிப்பு னு சொன்ன உடனே அது மோசமான விளைவு னு சொல்லிற முடியாது,நல்லவிதமான பாதிப்புகளும் னு கூட வச்சுக்கலாம்.சொல்லப்போனா ஒரு **"பட்டாம்பூச்சி விளைவு"**மாதிரி தான்.நம்ம மொத்த பிரபஞ்சமும் ஒரு வகைல அப்டி தான்

செயல்பட்டுகிட்டு
இருக்கு.தெரிஞ்சோ,தெரியாமயோ நம்ம
செய்ற ஒரு சிறிய செயல் நமக்கோ இல்லை
நம்மளை சார்ந்தவங்களுக்கோ ஒரு
மிகப்பெரிய பாதிப்பை ஏற்படுத்தலாம்.

இன்னும் கொஞ்சம் தெளிவா சொல்லனும்னா,
நீங்கள் ரோட்டில் இருசக்கர வாகனத்தில்
சென்று கொண்டு இருக்கிறீர்கள் என வைத்துக்
கொள்வோம்.படார் என்று செல்லும் வழியில்
எச்சில் துப்பி விடுகிறீர்கள்,அது இன்னொருவர்
கண்களில் பட்டு அவர் வாகனம் நிலை
தடுமாறி அடுத்தகணம் என்ன
வேண்டுமானாலும் நிகழலாம்.

நீங்கள் தரையில் போடும் பழத்தோல்
மற்றொருவர் தலையில் போடப்படும்
தையலுக்கு சமம்.இந்த பட்டான்பூச்சி
விளைவில் மோசமான சம்பவங்கள் தான்
நிகழும் என்று இல்லை.நீங்கள் துப்பிய எச்சில்
வாகனத்தில் செல்லும் ஒருவர் முகத்தில் பட்டு
அவர் நிலை தடுமாறி கீழே விழுந்ததால் அவர்
ஏற்கனவே இடிக்க இருந்த இரு குழந்தைகளை
நீங்கள் காப்பாற்றினால் அது நல்ல விளைவு
தானே.புரிந்திருக்கும் என
நினைக்கிறேன்.மேலும் குழப்பமான
உதாரணங்களைத் தந்து குழப்ப
விரும்பவில்லை.கதைக்குச் செல்வோம்.

இருளுக்கு படிப்பில் பெரிய நாட்டம்
இல்லை.ஏதோ கடமைக்குச்
செல்கிறான்.அன்றைய நாள் வகுப்பு
முடிந்ததும் வீட்டிற்கு வந்து போனில்

முகப்புத்தகத்தைத் திறந்து நண்பர்களுடன் அரட்டை அடிப்பான்.மறுநாள் கல்லூரிக்குச் சென்று நேரில் அரட்டை அடிப்பான்.எதிர்காலம் பற்றியோ எந்த சிந்தனையும் இல்லை.

அவன் கவனிக்கும் ஒரே வகுப்பு கணினி வகுப்பு தான்.கணினி வகுப்பு உள்ள நாட்களில் விடுப்பே எடுக்க மாட்டான்.ஆசிரியர் இன்னொரு மாணவனிடம் கேள்வி கேட்டால் இவன் எழுந்து பதிலளிப்பான்.நான் உன்னை கேட்கவே இல்லையே என்று ஆசிரியர் காதை திருகுவது அவனுக்கு பிடிக்கும்.

ஒரு நாள் காலை கல்லூரியில் தூங்கி வழிந்தவன் கணினி வகுப்பு வந்ததும் விழித்துக்கொண்டான்.ஆனால் கணினி ஆசிரியருக்கு பதிலாக வேறொரு ஆசிரியர் வந்து வகுப்பை தொடர்ந்தார். இருள், அருகில் இருந்த சக மாணவர்களிடம் வினவிய போது அவர்களுக்கும் தெரியவில்லை.காலைல அவங்க வந்தாங்கடா.அவங்க பேசிகிட்டு இருந்தத நானே பாத்தனே,ஒருவேளை தலைவலின்னு கிளாஸ் எடுக்க வந்துருக்க மாட்டாங்களு பின்னாடி பெஞ்ச்ல இருந்து ஒரு பையன் சொல்ல,பாடம் நடத்திக்கொண்டிருந்த ஆசிரியரிடமே ஏஞ்ஜெல் மேம் வரவில்லையா என்று கேட்க, "கெட் அவுட்"என்று பதில் வந்தது.

முகத்தை சோகமாக வைத்துகொண்டு வெளியேறிய இருள் வகுப்பறையை விட்டு வெளியேறியதும் மகிழ்ச்சியுடன் ஓடி கணினி ஆய்வகம் சென்றான்.அங்கு அவன் ஏஞ்ஜெல் மேம் இல்லை.வேகமாக மாடி படியில் ஏறி

மூன்று மாடிகளை கடந்து ஆசிரியர் ஓய்வு அறைக்கு மூச்சு வாங்க விரைந்தான்.அங்கும் இல்லை.கையில் ரெகார்ட் நோட்டுக் குவியலுடன் வந்த ஒரு மாணவனிடம் "ஏஞ்ஜெல் டீச்சர் எங்கடா? சீ சாரி ஏஞ்ஜெல் மேம் எங்கடா? இன்னைக்கு வந்தாங்களாம் ஆள காணல னு" கேக்க

அவனும் டேய் அவங்க இப்போ தாண்டா ப்ரின்சிபால் ரூம் பக்கம் போனாங்க.முகமே சரி இல்லை னு சொல்ல,திரும்பவும் அங்க இருந்து ஓடி, வேர்க்க விறுவிறுவிருக்க படி இறங்கி பக்கத்துக்கு கட்டிடத்துக்குப் போனான் இருள்.அப்புறம் அங்க ஒரு நூறு படிக்கட்டு,ஏற முடியாம ஏறி ப்ரின்சிபல் அறைக்கு வந்தான்.அங்கயும் ஏஞ்ஜெல் மேம காணல.பதறி போய் அங்க இருந்த அட்டேன்டர் கிட்ட போய் "அண்ணே,கம்ப்யூட்டர் மேம் எங்கண்ணே? னு கேட்க அவரும், "அவங்க பர்சனல் ரீசன்காக கொஞ்ச நாள் காலேஜ் வர மடங்களாம்பா,எனக்கும் என்னனு தெரில,பிரின்சிபால் அய்யாக்கு தான் தெரியும்.இப்போ தான் அந்த பக்கமா கார் நிறுத்துற எடத்துக்கு போனாங்க.இந்நேரம் கௌம்பிருபாங்கப்பா,சீக்ரம் ஓடி போய் பாரு"ஒரு நிமிஷம், ஆமா தம்பி உனக்கு இப்போ கிளாஸ் இல்லையா?சரி உனக்கு எதுக்கு அவங்க புராணம்?ஆமா எந்த கிளாஸ் நீ?பிரின்சிபால் சார் வேற இப்போ தான் ரௌண்ட்ஸ் போனாரு.மாட்டி கீட்டி தொலைக்காத!" னு சொல்ல

அட போயா...னு செடி தொட்டில கால் இடிச்சது கூட தெரியாம, வாகனம் நிறுத்துற எடத்துக்கு விரைய, அங்க கார் பக்கத்துல மேம் நின்னு ஒருத்தர் கிட்ட பேசிட்டுருக்காங்க.அவங்கள தூரத்துல நின்னு பாத்தவனுக்கு அவ்ளோ சந்தோசம்.கிட்ட ஓடி போறான்.டக்குனு அவன் முன்னாடி பிரின்சிபால் வந்தது நிக்க பயந்துட்டான்.

கர கர குரல்ல "ஹே ஹூ ஆர் யூ?எந்த கிளாஸ் பா நீயு?இங்க என்ன பண்ற?ஐ.டி. கார்டு எங்க?னு கேள்வி மேல கேள்வி கேட்க,இருளோ! கார் நிக்கிற பக்கமா பாத்துட்டே இருக்கான்.ஏஞ்ஜெல் மேம் கார்ல ஏற, காரும் புகை மண்டலத்தோட கிளம்ப,பிரின்சிபால் அவன கொத்தா அலுவலகத்துக்கு தூக்கிட்டு போக,கொஞ்ச நேரத்துல இருள் பிரின்சிபால் அலுவலகத்துல இருந்து வெளிய வரான்.செம திட்டு.நூறு ரூபாய் ஐ.டி.கார்டு போடாததுக்கு நாளைக்கு பணம் வேற கட்டணும்.வேர்த்து போன சட்டையோட கொஞ்சம் மூச்சிரைக்க,மேம் கிட்ட பேச முடியாத சோகத்துல,அவங்க போன காரணமும் தெரியாம,கொஞ்சம் நொண்டி நொண்டி தண்ணி கிளாஸ் இருக்க எடத்துக்கு வரான்.தண்ணிதொட்டில இருக்குற தண்ணிய பைப் அ தொறந்து கிளாஸ்ல தண்ணிய ரொப்பி சட்டை முழுதும் சிந்துற அளவுக்கு குடிச்சான்.மூணு,நாலு கப் தண்ணிய குடிச்சவன்,வகுப்பறையை நோக்கி ஏமாற்றத்துடன் போறான்.

வீட்டுக்கு வந்ததும் முகநூல் ல சுடலை எவ்ளோ
சமாதானப்படுத்தியும் அதுக்கு
மறுபடியா,"இல்ல சொடல நாளைக்கே
வந்துருவாங்கன்னா பரவாயில்ல.எப்போ
வருவாங்கன்னே தெரியல.ஏன்
போனாங்கணும் தெரியல"னு சொல்ல,அதுக்கு
சொடல "கல்யாணமா இருக்கும்னு
சொல்றான்.கோவத்துல போடா லூசு னு நாலு
கெட்டவார்த்தைல உரையாடல
முடிச்சு,மனசுக்குள்ளயே "ஆமா கல்யாணமாம்
கல்யாணம்,ஒரு தாலி கூட இல்ல.மொதல்ல
சொடலையோட பிரிண்ட்ஷிப் அ கட்
பண்ணனும்னு அன்னைய நாள கடக்குறான்.

அடுத்த நாள் காலைல இருள் அவங்க அப்பா
கிட்ட நூறு ரூபாய் கேக்க,எதுக்கு இப்போ
உனக்கு திடீர்னு நூறு ரூபாய்? னு அப்பா
கேக்க,அதுவாப்பா,அது ஒரு இதுக்கு,அதான்
அது எதுக்குனா,அது ஹான் ஒரு ரெகார்ட் நோட்
வாங்கணும் அதுக்கு தான்னு சொல்ல,
இருளோட அப்பாவும் ஒரு அம்பது ரூபாய்
நோட்டும் ரெண்டு இருபது ரூபாயும் பத்து
ரூபாய்க்கு சில்லறை காசும் குடுக்குறாரு.

"அப்பா என்னப்பா இது, இத பாத்தா காலேஜ் ல
சிரிப்பாங்கப்பா" னு சொல்ல,அதுக்கு
அப்பாவும்,"அப்பாகிட்ட லட்ச ரூபாய் நோட்டு
ஒண்ணு இருக்கு அத கொண்டு குடுக்கியானு
கேக்க,இருளோட அம்மா ஒரே சிரிப்பு.

சில்லறைய பொறக்கி பாக்கெட் ல
போட்டுகிட்டு கல்லூரிக்கு போனான்
இருள்.காலைல நேரா பிரின்சிபால் ரூம்க்கு

போய்,சார்,"மே ஜ கம் இன்" னு கேட்க அவரும்
உள்ள வர சொல்றார்.சார் ஜ.டி.கார்டு...

பைன் பணம் கொண்டு வந்தியா? னு கேட்டு
ஜ.டி. கார்ட் அ கைல கொடுக்க,இருள்
தொண்ணூறு ரூபாய டேபிள்ள வச்சு
பாக்கெட்ல இருந்து பத்து ஒரு ரூபாய் துட்ட
எடுத்து நோட்டுக்கு மேல வைக்க போறப்போ
இருள் பாக்கெட்ல இருந்த போன் டிங் டாங் னு
மணி அடிக்க,அய்யயோ மறந்து போன வீட்ல
வைக்காம வந்துட்டோமேன்னு பதற்றத்துல
போன ஆப் பண்ண களேபரத்துல சில்லறை
செதறி பிரின்சிபால் தலைக்கு மேல
பறக்க,வெளிய உக்காந்துருந்த ப்யூன் சத்தம்
கேட்டு உள்ள வந்து பாக்க மயான அமைதி.

அசாசைவற்று போன ஒலகமே ஒரு நொடிக்கு
அப்புறம் அசையும் போது 'க்ளிங் கிளாங்'னு
சில்லறை கொட்டுற சத்தம்.கடும் கோவமான
பிரின்சிபால் சார் ஓட முகத்த பாத்த இருள்
மனசுக்குள்ள "செத்தான் சேகரு'னு நெனச்சு
முடிக்கிற மிந்தி இருள் அப்பாக்கு போன்
போயாச்சு.

அடுத்த நொடி இருளோட அப்பா வெட்கி தலை
குனிஞ்ச மாதிரி அலுவலகத்துல
நிக்கிறாரு.பக்கத்துலையே பேய் அறைஞ்சா
மாதிரி இருளும் நிக்க,பிரின்சிபால் புராணத்த
ஆரம்பிச்சு,"உங்க பையனுக்கு நீங்க தான்
புத்திமதி சொல்லணும் இனிமேல இதே மாதிரி
நடந்திச்சுன்னா சஸ்பெண்ட் செய்ய வேண்டி
வரும்னு முடிக்கிறாரு" இருளோட அப்பா

வீட்டுக்கு வா உன்ன கவனிச்சுக்குறேன்ங்கற
மாதிரி போக இருள் வகுப்பறைக்கு போறான்.

எப்டியும் வீட்டுக்கு போனா அடி பலமா
விழும்னு அவனுக்கு தெரியும்.கல்லூரி முடிஞ்சு
நேரா வீட்டுக்கு போகாம அருகில இருக்குற
பார்க் க்கு போய் புல்வெளில படுத்து கிட்டே
போன எடுத்து "லூசு லூசு சனியனே எல்லாம்
உன்னால தான்.அந்த நேரமா பாத்து மணி
அடிப்ப?"னு திட்டிகிட்டே போன
பாக்குறான்.காலைல சொடலைகிட்ட இருந்து
வந்த மெசேஜ் நாலு இருக்குது.இவன்
தானா!ரொம்ப நல்ல வேல பண்ணிருக்கடா னு
தகவல படிக்குறான்.

"நண்பா எங்க ஹாஸ்டல் ல போன் நோண்டறது
பயங்கர சிக்கல் ஆகிரிச்சுடா.இனி எப்போ
உன்கிட்ட அம்மாகிட்ட லாம் பேச போறேன்னு
தெரில.எப்டியும் நாளைக்கு செக்கிங் ல போன
தூக்கிருவாங்கடா இன்னும் கொஞ்ச மாசம்
தான் அப்புறம் நான் பன்னிரெண்டாம் வகுப்ப
முடிச்சதும் சந்திக்கலாம்.மிஸ் யூ பாய்." னு
எழுதிருக்கு.

இருளுக்கு மனசு ரொம்பவே கஷ்டம்
ஆகிரிச்சு.தினமும் சாயங்காலம்
சொடலைகிட்ட பேசாம இருந்ததே இல்ல.இனி
அது நடக்க போறதில்லைங்கறதுரொம்ப
கஷ்டமா இருந்திச்சு.இருளுக்கு முகநூல் வழியா
நெறைய கத்து கொடுத்துருக்கான்
சுடலை.கல்லூரில நடத்துற பாட சந்தேகங்கள
குருஞ்செய்தியாலே புரிய வைப்பான்.அடிக்கடி
ரெண்டு பேரும் ஆங்கிலத்துல மெசேஜ் பண்ணி

ஆங்கிலமும் கூட இருளுக்கு பெரிய விஷயமா இல்ல.இனி இதெல்லாம் கொஞ்ச மாசத்துக்கு இல்ல.

இந்த கஷ்டத்த விட வீட்டுக்கு போய் அப்பா கிட்ட அடி வாங்குறது ஒன்னும் பெரிய கஷ்டம் இல்லைன்னு வீட்ட நோக்கி புறபட்டான் இருள்.

இவ்வளோ நேரம் எங்கடா போன னு இருள் அம்மா கேக்க,அவங்க பேசுன தொனில இருந்தே நடந்த விசயங்கள அப்பா அம்மாகிட்ட சொல்லல போல னு "கொஞ்சம் ஸ்பெஷல் கிளாஸ் மா சரி அப்பா எங்க? னு கேக்க"நீ வந்ததும் உன்ன மாடிக்கு வர சொன்னார்டா அப்பா னு சொல்லிடு அம்மாவும் போக,

இருள் தயக்கத்தோட மாடிக்கு போறான்.அங்க இருளோட அப்பா பீர் குடிச்சுட்டு இருக்குறத அவன் பாக்குறான்.'இங்க வாடா'னு அப்பா கூப்பிட இருளும் கிட்ட போறான்."அப்பா..அது வந்து காலேஜ் ல" னு இருள் ஆரம்பிக்க,"இங்க வா..நல்ல பக்கத்துல வாடா.."னு ஒரு கிளாஸ் ல கொஞ்சம் பீர ஊத்தி அவனுக்கு குடுக்குறாரு.இருளும் அவர் பக்கத்துல இருந்து ரெண்டு பேரும் குடிக்கிறாங்க.இருள் கப்அ கீழ வச்சுட்டு போதும் னு சொல்றான்.ரெண்டு பேரும் நெறைய விஷயங்கள் பேசுறாங்க.இருளோட அப்பா அவன்கிட்ட ஒரு விஷயம் மட்டும் கேட்டுகிட்டாரு.கொஞ்ச நாளைக்கு இந்த செல் போன் வேண்டாம்.பீரோல பூட்டி வைக்கணும்னும் லீவ் நாள் மட்டும் உபயோகப்படுத்துன்னும் கேட்டுகிட்டாரு.சொடலையும் இல்லாததால

இருள் போன ச்விட்ச்ஆப் பண்ணி பீரோ ல வச்சுட்டான்.இருள் அப்பாக்கும் சந்தோசம்.

இருளையும் அவங்க அப்பாவையும் பாக்கும் போது சில சமயங்கள் ல எனக்கு பொறாமையா இருக்கும்.ஒரு வயசு வரைக்கும் பைக் ல நம்ம, நம்ம அப்பா கூட போகும் போது பைக் பெட்ரோல் டேன்க் மேல உக்காந்து நாமளே வண்டி ஓட்டுற மாதிரி ஹாரன் அடிச்சுகிட்டு போவோம்.

அப்புறம் ஒரு வயச கடந்ததும் நம்ம அப்பாவுக்கு பின்னாடி இருக்கைல இருந்துட்டு எங்க கீழ விழுந்துருவோமான்னு பயத்துல நம்ம அப்பாவோட இடுப்ப இருக்க கட்டி புடிச்சுட்டு இனி எந்த சூழ்நிலைலயும் கீழ விழமாட்டோம்,நம்ம அப்பா இருக்காருன்னு போவோம்.

அப்புறம் கொஞ்ச வர்சத்துல இடுப்புல இருந்த கை தோள்பட்டைக்கு போகும்.அப்புறம் கொஞ்சம் கூட வளந்ததும் அப்பாவ கைகள் தொட மறுக்கும்.மாறா வண்டி பின்னாடி இருக்க கேரியர் அ கை தழுவ ஆரம்பிக்கும்.

அப்புறம் என்ன அப்பா அம்மா கூட போறதே கடுப்பா தான் இருக்கும்.எந்த எடத்துக்குமே தனியா போறதையே கால்கள் விரும்பும்.அப்பா பேசுனாலே காதுல காரியத்த காய்ச்சி ஊத்துற மாதிரி எரிச்சல் ஆகும்.சராசரியா எல்லா மனுசங்களும் இந்த விசயங்கள கடந்து தான் வந்துருப்பாங்க.சில பேருக்கு வாழ்க்கை இப்படி.

சில பேருக்கு வித்தியாசமா நடக்கும்.ஆனா இருளுக்கும் அவங்க அப்பாக்கும் இன்னைக்கு நடந்ததுலாம் சாதாரணமான அப்பா மகனுக்குள்ள நடந்துருக்க வாய்ப்பே இல்ல.எந்த அப்பனாது மகனுக்கு ஊத்தி குடுப்பானா னு நெனைக்கிறீங்களா?அதான் என்னோட பொறாமைக்குக் காரணமே!

அப்டியே சினிமா பாணில இருக்குல்ல...உங்களுக்கு.சினிமாக்களே நம்ம நடைமுறை வாழ்க்கைல நடக்குற விசயங்கள்ல இருந்து வந்தது தான்!

அடுத்த நாள் காலைல கல்லூரி நண்பன் 'டேய்,நேத்து வீட்டுல செம்ம மாத்து போல,ஆமா உங்கப்பா என்ன செஞ்சாரு?'னு கேக்க, அதுவாடா "ஒன்னும் இல்ல சொன்னா நம்ப மாட்ட அத விடு" னு சொல்ல நண்பர் விடறதா இல்ல.இருளும் `அது ஒன்னும் இல்லடா போனதும் எங்கப்பா அடிப்பார் னு பாத்தா ஒரு கப்ல சரக்க ஊத்தி குடுத்துடார்டானு சொல்ல நண்பரோ `போடா புனுகு மூட்ட,இவரு போனாராம்,இவருக்கு இவங்கப்பா பாலபிஷேகம் பண்ணாராம்.போவியா அங்கிட்டு.வேற யார்டயும் இப்டி சொல்லு இருக்காத' னு சிரிப்பா போச்சு நண்பருக்கு.இருளும் `நான் தான் சொன்னனே'னு சிரிச்சுகிட்டே வகுப்ப கவனிக்க ஆரம்பிச்சான்.நாட்கள் கொஞ்ச கொஞ்சமா ஓட தேர்வுகள் முடிஞ்சு விடுமுறையும் விடறாங்க.

விடுமுறைல போன் ல சுடலை ஆன்லைன்
வருவானா னு பத்து பதினஞ்சு வாட்டி தினமும்
பார்ப்பான்.போனும் போகல.சுடலை போன்
சுவிட்ச் ஆப்.யார்கிட்டயும் பேச புடிக்காம
வெறுமையா இருந்தான் இருள்.தினமும்
நடக்குற வியசயங்கள குருஞ்செய்தியா
சொடலைக்கு அனுப்பிருவான். பதில் தான்
வராது.

கல்லூரி லீவ் முடிஞ்சு அடுத்த செமஸ்டர்
ஆரம்பிக்க காலைல பயங்கர சந்தோசத்தோட
காலேஜ் போறான் இருள்.காரணம் எப்டியும்
அஞ்சு மாசத்துக்கு அப்புறம் ஏஞ்ஜெல் மேம
பாக்கப் போறோம்ங்ற சந்தோசம்.

பாட்டு ஒன்ன வாய் ல முனங்கிட்டே வகுப்பறை
உள்ளார போய் கிளாஸ் பொண்ணுங்ககிட்ட
குட் மார்நிங் லேடீஸ் னு சிரிச்சுட்டே சொல்லி
அவன் பெஞ்ச் ல உக்கார்ரான்.வகுப்பு ல
இருக்குற பெண்கள் எல்லாம் இருள புதுசா
பாக்குற மாதிரி பாக்குறாங்க.இந்த பையன்
உண்மையாவே இந்த கிளாஸ் ல தான்
படிச்சானான்னு சந்தேகம்
அவங்களுக்கு.முகத்த தொங்க போட்டுகிட்டே
யார்கிட்டயும் பேசாம இருந்த பையன்ல நம்ம
இருள் அதான் போல.

கிட்ட இருந்த பையன் கிட்ட டேய் "ஏஞ்ஜெல்
டீச்சர்" ச்சே "ஏஞ்ஜெல் மேம
வந்தாங்களாடா"னு கேக்க தெரியலைன்னு
சொல்றான்.போடா நீ வேஸ்டு னு அந்த பக்கம்
பெஞ்ச் ல இருந்த பொண்ணு கிட்ட "இந்தாம்மா
உன் பேரு என்ன?னு கேக்க அவளும் இந்த
பையன் என்ன அதிசயமா பொண்ணுங்ககிட்ட

லாம் பேசறான்னு ஒரு நொடி மொறச்சுகிட்டே "விஜி" னு சொல்றா.

ஹான் விஜி,என் ஏஞ்ஜெல் மேம் வந்தாங்களா? எது உன் ஏஞ்ஜெல் மேமா? னு அவ கேக்க, இல்லா..நம்ம மேம் வந்தாங்களானு கேட்டேன்னு சமாளிக்குறான். விஜியும் "ஆமாடா காலைலயே வந்துட்டாங்க,முதல் வகுப்பு கூட அவங்க தான் வருவாங்க.அவங்கள பாத்தா உனக்கு செம்ம ஆச்சர்யமா இருக்கும்.புது கெட்அப்ல வந்துருக்காங்க.தோ! சத்தம் கேக்குது.அவங்க தான் வர்ராங்கனு சொல்லி முடிக்க இருள் முகத்துல ஈ ஆடல.அவ்ளோ சந்தோசம்.

ஏஞ்ஜெல் மேம் உள்ள வந்த அந்த நொடி,வகுப்பறைல ஒரே சலலப்பு.யாரோ ஒரு பையன் மயக்கம் போட்டு விழுந்துட்டானாம்.ஏஞ்ஜெல் மேம் என்னாச்சுனு கேக்க எல்லாரும் கீழே மயங்கி விழுந்து கெடக்குற இருள, இருள் சூழ்ந்த மாதிரி பாக்குறாங்க.

யாரோ இருள் முகத்துல தண்ணீர தெளிச்சு கன்னத்துல தட்டி எழுப்ப முயற்சிக்க இருளுக்கு மெதுவா நினைவு திரும்புது.அவன் கண்கள மெதுவா திறக்க, விஜியோட முகம் மட்டும் மங்கலா தெரியிது.டேய் எந்திரிடா இருளு,னு சத்தம் கேக்க ஒரு நொடி நமக்கு என்ன ஆச்சுன்னு இருள் பின்னோக்கி யோசிக்கிறான்.

காலச்சக்கரம் கொஞ்சமா பின்னோக்கி சுழல,கிளாஸ் க்கு வெளிய இருந்து ஏஞ்ஜெல் மேம் உள்ள வராங்க.அவங்கள ஆர்வமா பாக்குற இருளுக்கு ஒரு அதிர்ச்சி.வழக்கத்துக்கு

மாறா அவங்க வயிறு கொஞ்சம் முன்னோக்கி வீங்கியிருக்கு.கைல மோதிரம் இருக்கு.முகம் வெளிறி இருக்கு.பாக்கவே கொஞ்சம் குண்டாகி ஆளே மாறி இருந்தாங்க.ஒரு நொடிக்கு குறைவான நேரத்துலே இருளுக்கு அவங்க கர்ப்பமா தான் இருக்காங்கனு புரிய,பதற்றத்துல மூளைக்கு ரத்த ஓட்டம் போகாம தலைய சுத்தி அப்டியே சரிஞ்சு விழுந்து டெஸ்க்ல மண்டை இடிக்க மயக்கம் போட்ருக்கான் நம்ம இருளன்.மயக்கம் தெளிஞ்சு கண்ணு கலங்க கடைசி பெஞ்ச் ல படுத்து கிடக்குறான் இருள். மற்ற மாணவர்கள்லாம் ஏஞ்ஜெல் மேம ஈ மொய்க்கிராப்ல நலம் விசாரிச்சுட்டு இருக்காங்க.இருளுக்கு எதுவுமே புரியல.கனவோனு ஒரு சந்தேகம்.

மேம் இருள் கிட்ட வந்து என்னப்பா ஆச்சு,காலைல சாப்டியா னு கேக்க,'இல்ல மேம்' னு சும்மா சொல்றான்.ஆமா நீங்க ஏன் காலேஜ்க்கு ரொம்ப நாளா வரல?இப்போ ஆளே மாறிட்டிங்க!னு இருள் கேக்க, முதல் செமஸ்டர் அப்போ எனக்கு பிடிச்சவர நான் கல்யாணம் பண்ணிகிட்டேன்.வீட்ல சமாதானம் ஆகல.வேலைய விட்ரலாம் னு தான் அப்போ முடிவு பண்ணி போனேன்.

அப்புறம் கொஞ்ச மாசத்துல நான் கர்ப்பம் ஆன செய்தி தெரிஞ்சுது.எங்க வீட்ல கூட எல்லாரும் சமாதானம் ஆகிட்டாங்க.திரும்பவும் நானும் கணவரும் இதே ஊருக்கு வந்ததால பிரின்சிபால்,கரஸ் கிட்ட பேசி டெலிவரி வரைக்கும் இந்த செகண்ட் செமஸ்டர

தொடரலாம்னு.. எல்லாம் அப்டியே ஒரு மேஜிக்
மாதிரி நடந்திரிச்சு.

சரி இனிமே ஒழுங்கா காலைல சாப்டு வரணும்
சரியா!ஆமா உன் பேரென்ன?சாரி பா
மறந்திரிச்சு னு ஏஞ்ஜெல் மேம் கேக்க,"இருள்"
டீச்சர்..சாரி "இருள் மேம்" னு சொல்றான்.மேம்
போனதும் கிளாஸ் உள்ளயே இருக்க
பிடிக்கல.புத்தகப்பைய எடுத்துட்டு கல்லூரி
கேன்டீன்குள்ள போய் உக்காந்து பீல்
பண்றான்.

மனசுக்குள்ளயே "டேய் லூசே,அவங்களுக்கு
உன் பேர் கூட தெரியலடா.கல்யாணம்
ஆகிரிச்சுடா,பாப்பா லாம் பொறக்கப் போதுடா
முட்டாள்..கிறுக்கு..மெண்டல்..தூ தூ தூ.."னு
திட்டிக்குறான்.கண்ணெல்லாம்
கலங்குது.ஆனாலும் சிரிப்பும் வருது.தான்
என்ன செஞ்சோம்னே அவனுக்கு புரியல.
சொடலைக்கு   இது தெரிஞ்சா
நம்மள கோமாளி
ஆக்கிருவனே..சிரிப்பானே..சை!நம்மளா
இப்டிலாம் பண்ணோம்..னு யோசிச்சான்
இருள்.காலைல நடந்தத நெனச்சு பாத்துட்டே
இருந்தான்.

சட்டுன்னு,மயக்கம் தெளிஞ்சப்ப அவன்
கண்ணுக்கு தெரிஞ்ச விஜியோட முகம்
நினைவுக்கு வந்துகிட்டே இருந்திச்சு.இருள்
தன்னோட மனசுக்குள்ள,"அஞ்சாறு மாசம்
ஒண்ணா படிச்சும் இன்னைக்கு தான் அவ
பேரே விஜி னு தெரியும்"அதுக்குள்ள ஏன் அவ
முகம் நெனப்புல வந்துகிட்டே இருக்குனு

யோசிக்க,எவ்ளோ நேரம் தான் கேன்டீன்லயே இருக்க.. பேசாம கிளாஸ் க்கு போலாம்னு நெனச்சு திரும்ப கிளாஸ் க்கு போறான்.அவன் வகுப்பறைக்கு போக காரணம் அவனுக்கே தெரியாம அவன் மனசுக்கு விஜிய பிடிச்சது கூட காரணமா இருக்கலாம்.

அட என்னங்க,இப்டிலாம் கூட நடக்குமா?வாய்ப்பே இல்லைங்க!முதல்ல என்னடான்னா பாடம் நடத்துற ஆசிரியர் மேல 'க்ரஷ்' வருது.அது இல்லைன்னு ஆனப்போ யார்னே தெரியாத பாத்து பத்து நொடியே ஆன கிளாஸ் பொண்ணு மேல காதல் வருது.எப்டிங்க சாத்தியம்? னு நீங்க நெனச்சிங்கன்னா,

எனக்கு அது பெரிய ஆச்சர்யத்த அளிக்கல.ஏன்னா இந்த காதல் என்ன பொறுத்த வரைக்கும் தண்ணீருக்கும் இடைவெளிக்கும் இருக்குற நெருக்கம் மாதிரின்னு தோணுது.தண்ணீர ஒரு உயிரற்ற விஷயம் னு எல்லாரும் சொல்லுவாங்க.

ஆனா என்னோட பார்வைல தண்ணீருக்கு கண்டிப்பா உயிர்,உணர்வுகள் இருக்கு.எப்டி இருந்தாலும் தண்ணீர் புவியீர்ப்பு விசையோட காதல்னால நழுவி ஒழுகி பாறையையோ நதியையோ இல்லைனா ஏதோ ஒரு பள்ளத்தாக்கயோ போய் சேர்ந்தே தீரும்.பல கோடி அணுக்கள் ஒண்ணா சேந்து ஒரு கல்லாவோ,மரமாவோ மனிதனாவோ ஆகுறதில்லையா!உலகமே காதல்ங்கற மையப்புள்ளியான பகலவன சுத்தித் தான வருது.இந்த நொடிதான்னு இல்ல,காதல் எந்த

நொடி வேணாலும் வரலாம்.அதுக்கு இருளும் விதி விலக்கில்ல.

அடுத்த நாள் விஜிய பாக்குறதுக்காக வேகமா கிளம்பி கல்லூரி வந்தான் இருள்.வகுப்பறைக்கு உள்ள வரப்பவே முதல் பெஞ்ச் ல இருக்குற விஜிய பாத்து சிரிச்சுகிட்டே உள்ள வர,விஜி இருள பாத்து இன்னைகாச்சும் ஒழுங்கா சாப்டியா?இல்ல நேத்து மாதிரி வேப்பிலை அடிக்கணுமானு கேக்க,அதுக்கு இருளும், 'நீ எழுப்பி விட்றேனா சொல்லு இன்னைக்கும் மயங்கி விழுறேனு' சொல்ல, விஜி மொறச்ச மொறைல இருள் ஓடி போய் அவன் பெஞ்ச் ல உக்காந்துகிட்டான்.மொறச்ச விஜி முகத்துல ஒரு கள்ள சிரிப்ப பாக்குற இருள்,டெஸ்க் மேல ஏறி பாஞ்சு விஜி முன்னாடி வந்து "ஹே இப்போ சிரிச்சேல?" னு கேக்க விஜியும் சிரிச்சுகிட்டே "நான் ஒன்னும் சிரிக்கல!போடா ஹூஸூ னு மழுப்புரா..அந்த சின்ன காதல் அரும்பும் காட்சிய எழுத்து வடிவுல எழுதி சாயங்காலம் சுடலைக்கு அனுப்பணும்னு மனசுக்குள்ளே நெனச்சுகிட்டான் இருளு.வீட்டுக்கு போனதும் விஜிய நெனச்சு பாத்தான் இருள்.நாளைக்கு எப்போ வரும்னு யோசிச்சு அந்த நாள கடந்தான்.அடுத்த நாள் தேர்வு னு காலைல கல்லூரில வச்சு தான் இருளுக்கு தெரிஞ்சுது.ஒன்னுமே படிக்கல.வினாத்தாள பாத்தவனுக்கு அது என்ன பாடம்னு கூட தெரியல.பின்னாடி பெஞ்ச் ல பாத்தா விஜி உக்காந்துருக்கா.இவ வேற பேனா தேய எழுதிட்ருகாளே!நம்ம வெறும் பேப்பர குடுக்குறத பாத்தா சத்தியமா கேவலமா நெனைப்பா னு யோசிக்க..இன்னும் கொஞ்ச

நேரத்துல மணி அடிக்க போகுதுன்னு ஆசிரியர் சொல்ல,சரி வெறும் பேர மட்டும் எழுதி கொடுக்கலாம்னு முடிவு பண்ணி எந்திரிக்க,விஜி முந்தி அடிச்சுகிட்டு அவளோட பாதி விடைத்தாள இருளோட பேப்பர் மேல வச்சுக்கிட்டு மீதிய கட்டி குடுத்துட்டு வெளிய போறா. ஒன்னும் புரியாதவன் அந்த பேப்பர தன்னோட ஒத்த தாளோட கட்டி குடுத்துட்டு வெளிய போறான்.வெளிய வந்தவன் இன்னொரு பொண்ணுகிட்ட விஜி எங்க னு கேக்க,`அவ ரெஸ்ட் ரூம் போயிருக்கான்னு' சொல்ல விஜிக்காக காத்திருக்கான் இருள்.தூரத்துல இருந்து இருள பாத்துகிட்டே வர விஜி புன்னகையோட இருள பாக்காத மாதிரி கடக்க,இருள் ஓடி விஜி முன்னால போய் "ஹே உண்மைய சொல்லு எதுக்கு உன் ஆன்செர் ஷீட்ட எனக்கு குடுத்த?னு கேக்க,"நான் ஒன்னும் குடுக்கலையே,தவறி வச்சுட்டேன்னு நெனைக்குறேன்...பாரு உன்னால இப்போ எனக்கு பாதி மார்க் போக போகுது"னு விஜி சொல்றா.பொய் சொல்லாத விஜி உனக்கு என்ன பிடிச்சுருக்கு தான்!னு பட்டுன்னு கேட்ருதான் இருள்.கோபப்பட்ட விஜி,"அப்பா சாமி பாவம் நம்ம கூட படிகிற பையன் திரு திருன்னு முழிச்சுகிட்டு இருந்தானே! முட்ட மார்க் வாங்க வேணாம்னு பாவம் பாத்து பேப்பர வச்சுட்டு போனா!ஓடனே வந்துருவாங்க! பிடிக்கும் கிடிக்கும் னுட்டு னு விஜி சொல்லிட்டு போக உடைஞ்சு போறான் இருள்.மனசுக்குள்ள ஒரு சந்தேகம் மட்டும்."இவளுக்கு நம்மள பிடிச்சுருக்கா பிடிக்கலையா னு"

ஒலகத்துல எப்பேர்ப்பட்ட பூட்ட வேணாலும் சாவி இல்லாம தொறந்துறலாம்.ஆனா ஒரு பொண்ணு என்ன நெனைக்குறா னு இதயத்த தொறந்து பாக்கற அளவுக்கு சாவி ஆண்கள் கிட்ட இருக்கா என்ன?அவளுக்கு நம்மள பிடிச்சுருக்கு போல னு நெனச்சா பிடிக்கலைன்னு சொல்லிட்டா என்ன பண்றது?ஒரு வேளை பிடிக்கல போல னு விட்டுட்டா ஏன் நம்மள பாத்து சிரிக்கணும்?ஏண்டா ஒரு பொண்ணு சிரிக்கிறானா அதுக்கு பேரு காதலா?ஒரு வேளை காதல் தானோ னு பற்பல எண்ண ஓட்டங்கள் இருளை திறம்பட குழப்பி கொண்டிருக்க, முதல்ல வேணும்னா அவ போன் நம்பர் அ கண்டுபிடிச்சு பேசாம போன் பண்ணி கேட்டுரலாம்னு முடிவுக்கு வரான்.

ஒரு நாள் இண்டர்வல் ல எல்லாரும் வெளிய போயிருந்தப்போ சில பொண்ணுங்களோட நோட்டுகள தேடி பாக்க அதுல ஒரு நோட் ல கிளாஸ் பொண்ணுங்க எல்லாரோட போன் நம்பரும் இருக்கு.அந்த நோட் ல விஜி னு 2 பேர் போட்ருக்க,ஒரு பெயருக்கு நேரா இருக்குற நம்பர கைல எழுதி எடுத்துக்குறான்.இன்னொரு நம்பர எழுதுறதுக்குள்ள எல்லாரும் கிளாஸ்க்கு உள்ள வந்துர்றாங்க.யாரும் பாக்குற முன்னாடி தப்பிச்சுட்டான் இருள்.

வீட்டுக்கு போனதும் கொஞ்சம் பயத்தோடவே பீரோகுள்ள இருக்குற அவன் போன் அ எடுத்து ஆன் பண்ணி முதல் ல சுடலைக்கு,அன்னைக்கு நடந்த சம்பவங்கள குறுஞ்செய்தியா

அனுப்பிட்டான்.கடைசில "டேய் சொடல நீ என்னைக்குடா ஊருக்கு வருவ?ஆன்லைன் ம் வரமாட்ற" ங்கற செய்தியோட முடிக்கிறான்.

அடுத்து விஜி நம்பர் கு கால் பண்றான் இருள்.விஜி போன் அ எடுத்து யார்னு கேக்க,"விஜி நான் இருள் பேசறேன்.." னு அவன் சொல்ல பதிலுக்கு "எந்த இருள்"னு விஜி கேக்குறா!இவனும் சும்மா இல்லாம "எனக்கு உன்ன பிடிச்சுருக்கு விஜி"னு போட்டு உடைக்க,மறுமுனைல விஜி "அப்பா!யார்னு தெரியல என்னலாமோ சொல்றாங்க..உங்களுக்கு தான் போன்"னு சொல்லி போன் அ அவங்க அப்பா கிட்ட குடுத்துர்றா!

விஜி அப்பா போன் அ வாங்கி `ஹலோ யார் பேசறது?'னு கேட்டதும் பயத்துல போன் அ கட் பண்ணிட்டான் இருள்.விஜி அப்பா திரும்ப போன் பண்ண ஸ்விச் ஆப் னு வருது.ராத்திரி தூங்கும் போது இருள் தன்னோட கழுத்த தொட்டு பாக்குறான்.சூடாவே இல்ல.ஆனாலும் காய்ச்சல் வந்த மாதிரி அவனுக்கு தோணுது.அடுத்த நாள் காலேஜ் போகுற எண்ணமே இல்ல.காலைல வீட்டுல அவங்க அம்மா கிட்ட "யம்மா மேல் சுடாக்குல இருக்கு..இன்னைக்கு காலேஜ் போகலம்மமா" னு சொல்ல "அப்பா க்கு தெரிஞ்சா என்ன நடக்கும்னு தெரியும்ல..ஒழுங்கா போயிரு.."னு இருள் அம்மா சொல்றாங்க."யம்மா மேல வேணா தொட்டு பாரும்மா தீயா கொதிக்கி"னு இருள் சொல்லியும் இருளம்மா கேக்குறதா இல்ல.

பயந்து பயந்து காலேஜ்க்கு போறவன் கிளாஸ்குள்ள என்ட்டர் ஆக,விஜி இருள பாத்து `ஹாய் பாய்ஸ் ஹவ் ஆர் யூ ' னு கேக்க இருள் கண்ண விஜி பக்கம் திருப்பாம அவன் எடத்துல போய் உக்காருறான்.இண்டர்வல் வருது..விஜி வெளிய போற முன்னாடி ஒருவித தைரியத்த வர வச்சுக்கிட்டு "விஜி நேத்து எதாச்சும் போன் கீன் வந்திச்சா?உங்க வீட்டுக்கு?" னு இருள் கேக்க, பதிலுக்கு விஜி "ஒரு நாளைக்கு எங்க வீட்டுக்கு பத்து இருபது கால் வரும் ஆமா நீ எதுக்கு கேக்குற?"னு விஜி சொல்ல.."அது இல்ல விஜி உண்மையாவே ஏன் மேல கோவம் ஏதும் இருக்கா?இல்ல நடிக்கிறியா? னு இருள் கேக்குறான்.

பதிலுக்கு போடா லூசு னு இருள கையால தள்ளி விட்டுட்டு மொறச்சுகிட்டே போறவ,கொஞ்சம் தள்ளி போனதும் எதையோ நெனச்சு புன்முறுவல் செய்றா..

ஒன்னும் புரியாதவன் வீட்டுக்கு போனதும் நேத்து போன் பண்ண விஜியோட நம்பர் ல இருந்து கால் வருது.ஆமா விஜி தான் அவனுக்கு போன் பண்றா.அவன் கிட்ட கொஞ்சம் குரலை மாத்தி விளையாடி பாக்கலாம்னு நெனைச்சுருக்கா போல. ஆரம்பத்துல போன் அ எடுக்காதவன் 2 தடவைக்கு மேல அழைப்பு வந்ததும் தயக்கத்தோட அட்டென் பண்றான்.

ஒரு நடுக்கத்தோட,"ஹலோ யாரு" னு இவன் கேக்க அந்த பக்கத்துல இருந்து ஒரு பொண்ணு "நேத்து கால் பண்ணது நீங்க!இப்போ என்ன யார்னு கேக்குறீங்களா!னு கேக்க, "ஐயோ சாரி

ங்க நான் என்னோட ஆளுன்னு நெனச்சு உங்களுக்கு கால் பண்ணிட்டேன்."ஆளா? அவங்க பேரு? னு அந்த பக்கம் கேக்க "அது ஏன் கிளாஸ் பொண்ணுங்க!பேரு விஜி"னு அவன் சொல்ல,

அட ஏன் பேரும் விஜி தான்..ஆமா ஏன் நம்பர் உங்களுக்கு எப்டி கெடச்சுது?னு கேக்க,இருளும் "என் கிளாஸ் பொண்ணு நோட்ல இருந்திச்சுங்க.தெரியாம மாத்தி எடுத்துட்டேன் னு சொல்றான்.ஓ! அப்டியா சரி னு அந்த பொண்ணு சொல்ல,சரிங்க இனி போன் லாம் வராது..ஓகே பாக்கலாம் னு இருள் சொல்றான். அந்த பொண்ணு ஓடனே, ஏங்க ஒரு நிமிஷம் "ஆமா அந்த பொண்ண உண்மையாவே லவ் பண்ட்றிங்களா னு கேக்க, இருள்,ரொம்ப ங்க னு சொல்றான்.அந்த பக்கம் பேசிட்டு இருக்குற விஜி க்கு முகம் லம் செவந்து போச்சு.

அப்போ அந்த பொண்ணு கிட்ட நாளைக்கே சொல்லிருங்க..இந்த விஷயத்தலாம் சொல்லாம இருக்காதிங்க னு சொல்றா.இல்லைங்க எனக்கு பயமா இருக்கு..ஒரு வேளை என் விஜி என்ன பிடிக்கலைன்னு சொல்லிட்டா? அப்டிலாம் சொல்ல மாட்டாங்க.உங்க விஜி னு சொல்றிங்க இதுக்கு மேல சொல்லாம மறைக்காதிங்கனு அந்த பொண்ணு குரல் ல விஜி சொல்றா.ஓகேங்க நாளைக்கே சொல்லிர்றேன்.ஆமா உங்களுக்கு என்ன அவ்ளோ அக்கறை னு இருள் கேக்க,அந்த பொண்ணும் போன கட் பண்ணிர்றா.இவனும்

பெருசா ஏதும் யோசிக்காம போன் அ
அணைச்சு வைக்கறான்.

இந்த பக்கம் இருள் தூங்காம நாளைக்கு என்ன
நடக்கும்னு யோசிக்க,அந்த பக்கம் விஜி க்கும்
அதே பீலிங் தான்.

அடுத்த நாள் கல்லூரிக்கு போறான்.வழக்கம்
போல கல்லூரி முடிய மொத்த மாணவர்களும்
காலேஜ் கேம்பஸ் ல நடந்து வீட்டுக்கு
போய்ட்ருக்காங்க..விஜி போறப்போ ஒரு
குரல்.நம்ம இருளோட குரல் தான்.மெல்ல "விஜி
நில்லு!உன்கிட்ட ஒன்னு பேசணும்" எல்லாம்
தெரிஞ்சும் தெரியாத மாதிரி விஜி "என்ன
சொல்லணும் மொதல்ல வழிய விடு"னு சொல்ல
இருள்"விஜி நான் உன்ன லவ் பண்றேன்னு
நெனைக்கிறேன்..ஏன் இப்டி சொல்றேன்னு
எனக்கு தெரியல..நான் சொல்றது சரியாணு
கூட எனக்கு தெரியல.உன்னோட பதில
சொல்லு ப்ளீஸ்"னு பாவப்பட்ட குரல் ல
கேக்குறான்.

விஜி என்ன பதில் சொல்லபோறாணு அவ
வாயையே பாத்துகிட்டு இருந்தவனுக்கு
அவளோட உதடுகள் மெல்ல அசைய
தொடங்குனதும் மொத்த உலகமும் பத்து
நொடிகளுக்கு உறைஞ்சு போன மாதிரி
ஆகிரிச்சு.பக்கத்துல நெறைய கூட்டமா
வீட்டுக்கு நடந்து போயிட்டு இருந்த
மாணவர்கள்லாம் மங்கலா தெரிய ஆரம்பிச்சு
விஜி யோட உதடுகள் என்ன சொல்ல
போகுதுன்னு தெளிவா பாத்துகிட்டு இருந்துது.

ஒரு செகண்ட் ல விஜி "போடா லூசு நாளைக்கு எங்க அப்பா அம்மாவ கூட்டிகிட்டு வரேன்..செத்த நீ னு சொல்ல" எரிச்சலோட உச்சிக்கி போனவன் "போடி போ..நேத்து ஒரு பொண்ணு போன் பண்ணா நான் அவள கரெக்ட் பண்ண போறேன்! நீ எனக்கு வேண்டாம்"னு சொல்லிட்டு வெரசா நடக்குறான்.அடப்பாவி னு இருளோட பின்னாடியே ஓடி போய் "யார் டா அந்த பொண்ணு? என்ன விட்டுட்டு அவள ப்ரொபோஸ் பண்ணிருவியா" னு விஜி கேக்க! பதிலுக்கு இருள் "நீ தாண்டி அந்த பொண்ணு" னு சொல்ல ஒரு நொடிக்கும் குறைவான நேரத்துல விஜி இருள கட்டி அணைச்சுகிட்டா.அந்த அணைப்புல இருளோட எண்ணக்கூட்டுல கோடி விஷயங்கள் ஓடிச்சு.அந்த கோடி விசயங்களையும் இருந்த ஒரே முகம் விஜியோடது தான்.எல்லா மாணவர்களும் வீட்டுக்கு போய்ட்டாங்க.இறுக்க கட்டிகிட்ருந்த விஜியோட கைகள் மெல்ல தளர்ந்து அழகான குரல் ல இருள பாத்து "உனக்கு எப்டி தெரியும் அது நான் தான்னு"கேக்க இருள் பதில் சொல்றான்."எனக்கு தெரியல விஜி ஆனா அது நீதான்னு எனக்கு தெரியும்"னு சொல்றான்.மறுபடியும் இருள விஜி இறுக்க கட்டி அணைச்சுக்கிட்டா..

ஒரு நிமிஷம் யோசிச்சவ இருள் உதறிகிட்டு "டேய் எங்கப்பா என்ன தேடுவார்டா நான் போகணும்" னு சொல்றா.இருளும் சம்மதிக்குறான்.போறவள நிறுத்தி "ஏன் விஜி ஒருவேளை எதிர்காலத்துல உங்கப்பா இதுக்கு

ஒத்துக்கலைனா நீ என்ன பண்ணுவ" னு
கேக்க"எங்கப்பா சொல்ற பையன
கட்டிப்பேன்னு சிரிச்சுட்டே சொல்லிக்கிட்டுப்
போறா.

ஒரு சினிமாவுல கதாநாயகனும்
கதாநாயகியும் சேரும்போது பின்னணில
பாடல்,இசை ஒலிக்கும்.அன்னைக்கு நூரா
இருளோட மனசுக்குள்ள அவன் இதுவரைக்கும்
கேட்ட அத்தனை சினிமா பாடல்களும்
ஒலிச்சுகிட்டே இருந்திச்சு.அவங்க அம்மா மடில
படுத்து "அம்மா என்ன கொஞ்சும்மா,ப்ளீஸ்
என்ன கொஞ்சு" ன்னு சொல்றான்.நாளைக்கு
காலைல விஜி ய பாக்கபோற
சந்தோஷத்தோடையே தூங்குரான்.பாதி
தூக்கத்துல எந்திச்சவன் பின் தலைல ஒரு தட்டு
தட்டிகிட்டு சாரிடா சொடல உன்ன
மறந்துட்டேன்னு போன் எடுத்து அன்னைக்கு
நடந்தத முழுசா டைப் பண்ணி அனுப்பிட்டான்.

அடுத்த நாள்,அதுக்கு அடுத்த நாள்,அதுக்கும்
அடுத்த நாள் னு நாட்களும் நேரமும்
அவங்களோட காதலும் வளந்துகிட்டே
போகுது.எந்த அளவுக்குனா தேர்வுகள்ல விஜி
நல்ல மார்க்கும் இருள் முட்ட மார்க்கும்
வாங்குற அளவுக்கு.இதுல விஜிய குறை
சொல்லிற முடியாது.ஒழுங்கா படிக்காதது
இவன் தப்பு.

இப்டியே ரெண்டாவது செமஸ்டர் முடிய..அந்த
பக்கம் சொடல இருள் கடந்த ஆறு மாசமா
அனுப்புன செய்திகள படிச்சுகிட்டே பஸ் ல
ஊருக்கு வந்துகிட்டு இருக்கான்.இருள பாத்து
பேச அவனுக்கு கொள்ளை ஆவல்.இந்த பக்கம்

முழுசா லீவ் விட்டு மூணு நாள் ஆகல..காலைலேயே போன்ல விஜி கூட மெசேஜ் பண்ணிக்கிட்டு இருந்தவன் கிட்ட இருளோட அம்மாவும் அப்பாவும் "டேய் இருள் நாங்க கொலசாமி கோயில்க்கு போறோம்..நீ வரியா?னு கேக்க இவன் நான் வரலப்பா னு சொல்றான்.எப்ப பாரு போன்..!லீவ் முடியட்டும் அந்த கருமத்த வாங்கி பீரோ உள்ளார பூட்டி வைக்கிறேன்..செமஸ்டர் ரிசல்ட் வரட்டும்.பாஸ் ஆகல..னு இருளோட அப்பா சொல்லிகிட்டே டாக்ஸி எடுத்துகிட்டு கெளம்புரங்க.டேய் இருள் வீட்ட பத்திரமா பூட்டிகிட்டு வெளில போணும்னா போ னு அம்மா சொன்னது தான் அவன் கேட்ட கடைசி வார்த்தை.

மத்தியான நேரமானதும் இருள் வீட்டு முன்னாடி சில ஆட்கள் வர ஆரம்பிக்கிறாங்க.அவங்களுக்குள்ளையே பேசிக்கிறாங்க..இருளோட சொந்தக்காரங்க சில பேர் கதவ தட்டி "இருளு.."னு கூப்ட உள்ள இருந்த இருள் கதவ தொறந்து மாமா வாங்க மாமா அத்த! வாங்க..னு சொல்ல அவங்க என்ன சொல்றதுன்னு தயங்கி நிக்கிறாங்க.அவன் வீடு முன்னோடி ஒரு ஆம்புலன்ஸ் வந்து நிக்கிது.இருளு காலைல கோயில் க்கு போனப்போ..அது வந்து..ஸ்ரீதரும் லட்சுமிக்கும் னு சொல்லிகிட்டே அழ ஆரம்பிச்சுட்டாங்க.அவங்க சொல்ல வரது இருள்க்கு ஓரளவு புரியிது இருந்தாலும் அவன் ஆழ்மனசுல வெற்றிடமா இருக்கு.வறண்ட நாக்குல எச்சி ஊற மாட்டேங்குது.மெதுவா ஆம்புலன்ஸ் கதவ திறந்து பாத்தவனுக்கு ஒண்ணுமே புரியல. உள்ள இருளோட

அம்மாவும் அப்பாவும் பேச்சு மூச்சில்லாம இறந்து கிடக்காங்க.அப்பவும் அவன் பேயறஞ்ச மாதிரி அவங்கள பாத்துட்டு ஆம்புலன்ஸ் கதவ மூடிகிட்டு நடக்க, எதிர்ல அழுதுகிட்டே சொடலை நிக்கிறான்.

சொடலைய பாத்தவன் ஓடி போய் அவன கட்டி அணைச்சு கதறி அழ அரம்பிக்குறான்.சொடலைகிட்ட இல்லாம யார்கிட்ட அவன் வலிய கடத்த முடியும்?

"டேய் சொடல..அம்மா அப்பா இனி இல்லையாடா"..னு கேக்க சொடலைக்கு என்ன பதில் சொல்லன்னு தெரியல."நான் இருக்கேன்னு" மனசுக்குள்ள சொடலை நெனச்சது இருள்க்கு கேட்டிச்சு.இறப்பு வீடு ஓலம் இருளோட காதை அடைக்க,அப்டி ஒரு நாள அவன் எப்டி எதிர்கொண்டான்னு இன்னும் எனக்கு தெரியல.

ஒரு ஒரு காரியமா நடந்திச்சு.அப்டி ஒரு விஷயம் நடக்கும்னு யாருமே எதிர்பாக்கலைல.எல்லா சடங்குகளும் நடந்து முடிய கொஞ்சம் சகஜ நிலை வந்திச்சு.கூட்டம் கொஞ்சம் கொஞ்சமா கொறைய தொடங்குது.இருளோட சொந்தக்காரங்க மட்டும் இருக்குறாங்க.

அப்புறம் என்ன.. நடந்தது நடந்து போச்சு...பையன் இனி தனியாவா இருப்பான்!யார் வீட்டுக்கு கூட்டிகிட்டு போய் பாத்துக்க போறீங்க னு ஒரு தரப்பு கேக்க..எங்களுக்கு 2 பிள்ளைப்பா!அட எங்களுக்கு மட்டும் மூணு பிள்ள இல்லையா?

சரி பேசி ஒரு முடிவுக்கு வாங்கப்பான்னு
சொல்ல..இருளோட மாமாவும் அத்தையும்
இருள தங்களோட, இடுக்கி க்கு கூட்டிகிட்டு
போக சம்மதிக்கிராங்க.அதே சமயம்
சொடலையோட அம்மா சொடல காதுல எதோ
சொல்ல..

ஒரு நிமிஷம் னு சொன்ன சொடல,இருள ஒரு
நொடி தனியா கூட்டிகிட்டு போறான்.திரும்ப
வந்த ரெண்டு பேரயும் எல்லாரும்
பாக்குறாங்க."மாமா அத்தை சித்தி!நான்
வரல.என்ன கட்டாய படுத்தாதிங்க.நான்
இங்கயே இருக்கேன்.எனக்குனு சொடல
இருக்கான்.காலேஜ் வேற போகணும்.அதும்
இல்லாம இது அப்பா அம்மா இருந்த சொந்த
வீடு.அத விட்டுகிட்டு எப்டி வர..!காலைல
காலேஜ் போனும்.சாயங்காலம் இங்க
இருந்துகிட்டு ராத்திரி ஆனா சொடலையோட
போய் தங்கிக்குவேன்.நீங்க போங்க மாமா
நான் இருந்துக்குவேன்"னு கடிஞ்சு
சொல்ல,எல்லாரும் ஒரு மனதா ஒத்துக்குராங்க.

எல்லாரும் போனதும் சொடலையோட அம்மா
இருள் கிட்ட "ஒனக்கு நாங்க இருக்கோம்
இருளு.மனுசங்களா அவங்க.நான் கூட்டிகிட்டு
போறேன்னு ஒருத்தன் சொன்னானா?நீ
கூட்டிட்டு போ!அவன் கூட்டிட்டு
போவான்!இவன் கூட்டிட்டு போவான்னு சை!

இதுக்கு நீ இங்கேயே இருந்திரு இருளு!ஏன்
நாங்க இல்லையா!னு சொன்னது இருளுக்கு
அவ்ளோ ஆறுதலா இருந்திச்சு.

ஒரு ரெண்டு மூணு வாரம் கல்லூரி பக்கம் எட்டி பக்காதவனுக்கு அதுக்கப்றம் படிக்கிற எண்ணமே இல்லாம போச்சு.சொடல வீட்டுல எவ்ளோ சொல்லியும் இருள் கேக்கல.

தான் இனி வேலைக்கு போகப்போறதா உறுதிமொழி எடுத்துக்கிட்டான்.என்னதான் சொடலையோட வீட்டு சப்போர்ட் இருந்தாலும் யாரையும் கஷ்டப்படுத்தாம இருக்கணும்னு இருள் நெனச்சான்.

ஒரு மெக்கானிக் ஷாப் ல வேலைக்கு சேந்துட்டான்.ஒரு நாள் ஞாயிற்றுக்கிழமை அன்னைக்கு இருளும் சொடலையும் வீட்ல உக்காந்து சாப்டுகிட்டு இருந்தாங்க."சாப்பாடு நல்லா இருக்குன்னு அம்மா கிட்ட சொல்லிர்ரா சொடல"னு இருள் சொல்ல "உங்கம்மா கைப்பக்குவம் போல வருமாடா"னு சொன்ன சொடல, ஒரு நொடி ஐயோ அவசரப்பட்டு வாய் தவறி சொன்னதா உணர்ந்தான்."சாரி இருளு"னு சொன்ன சொடலைட்ட வருத்தத்தோட "விட்றா...மறக்க முடியாது தான்.ஆனாலும் என்ன செய்ய வரவா போறாங்க"னு சமாதன படுத்திகிட்டான்.

திடீர்னு இருள்க்கு விக்கல் வர,தண்ணி எடுத்துட்டு வரேன்னு சமையக்கட்டுக்கு போறான் சொடல.அந்த நேரம் பாத்து விஜி, இருள் வீட்டுக்குள்ள வரா.பளார் னு ஒரு அடி.இருளோட கன்னத்துல அவன் கைய வச்சு தடவிகிட்டான்.

"ராஸ்கல் எவ்ளோ பெரிய விஷயம்லாம் நடந்துருக்கு ஒரு வார்த்தை....ஹ்ம்ம் அட்லீஸ்ட்

அந்த போனயாச்சும் எடுத்துருக்கலாம்ல லூசு லூசு" னு கண்ணு கலங்க இருள கட்டி பிடிச்சுகுறா விஜி.

"இல்லடி கொஞ்ச நாள் என்னால அந்த ஷாக் ல இருந்து வெளிய வர முடியல.சாரி டி.ஆமா உங்களுக்கு எந்த தகவலும் வரலையா?" னு இருள் கேக்க

"காலேஜ் இல்லாததால யார்க்கும் தெரியல.அதும் இல்லாம நீ மெசேஜ் பண்ணாதனால உனக்கு எதோ பிரச்சனை னு எனக்கு தோணிகிட்டே இருந்திச்சு.அதான் அபி கிட்ட விசாரிக்க சொன்னேன்.கேட்டதும் ரொம்ப ஷாக் ஆகிரிச்சு.ஓடனே அப்பகிட்ட அபி வீட்டுக்கு போறதா பொய் சொல்லிக்கிட்டு ரெண்டு பஸ் பிடிச்சு இங்க வந்துட்டேன்.நீ எப்டிடா இருக்க?.திரும்ப எப்போ வருவ காலேஜ் க்கு"னு விஜி கேட்டுகிட்டு இருந்த சமயம்,

மாப்ள தண்..!னு சொல்லிகிட்டே ரெண்டு பேரும் கட்டி பிடிச்சுருந்தத பாத்த சொடல,தண்ணி சொம்ப கீழ போட,அது சத்தம் எழுப்ப,ரெண்டு பேரும் விலக,சொம்பு சுத்திகிட்டே டக்கு டக்குனு சத்தம் எழுப்ப,

"டேய் ஊறுகா எடுத்துட்டு போக சொன்னேம்ல னு சொடல அம்மா இருள் வீடுக்குள்ள வர,அங்க இருளும் சொடலையும் பேய் அறைஞ்சாப்ல ஒருத்தர ஒருத்தர் பாத்துகிட்டு நிக்க,"கொண்டு வந்த தண்ணிய கொட்டிருகியேல!சரி நான் போய் வேற தண்ணி கொண்டு வரேனு சொடல அம்மா சொல்ல,"யம்மா வேண்டாம்..தண்ணி குடிச்சப்ரம் தான்

கொட்டிச்சு நீ போ..அப்டியே சாங்காலம் ஒரு ரெண்டு,மூணு கொடம் குடி தண்ணி கொண்டு இங்க வச்சுரு.சொட்டு தண்ணி இல்ல இங்க"னு சொடல சொல்றான்.சொடல அம்மா போனதும் "வாம்மா வா"னு சொடல சொல்ல ரூம் உள்ள இருந்து விஜி வரா.ஏண்டா இங்க தண்ணி இல்லைன்னு எங்க வீட்டுக்கு போய் எடுத்துட்டு வர கேப் ல என்னடா இதெல்லாம்?னு சொடல கேக்க,

"இது விஜி டா..இப்போ தான் கொஞ்ச வாரம் முன்னாடி....என்ன பாத்து நாளாச்சுல அதான்.."னு இருள் சொல்ல

"ஓ அந்த விஜி யா..போன் ல யாரோ மாதிரி பேசி ஏமாத்துன டிக்கெட் ஆ.. ஹாஹா பஸ் ல வரப்போ உன்னோட ஆறு மாச மெசேஜ் அ தான் படிச்சுகிட்டே வந்தேன்"னு சொடல சொல்ல..மொரச்சுகிட்டே விஜி "இவன் தான் அந்த சொடலையா!னு" இருள கடிஞ்சுகிரா.

சரி டா எப்போ கிளாஸ் அட்டென்ட் பண்ண போற னு விஜி கேக்க,இருள் சொன்ன பதில் அவள கோபமூட்டிச்சு.எவ்ளோ தூரம் சொல்லியும் இருள வழிக்கு கொண்டு வர முடில."சரிடாப்பா இப்போ என்ன தான் முடிவா சொல்ற,ஒரு செகண்ட் நான் சொல்றத கேளு..

இப்டியே ரெண்டு வர்ஷம் ஓடிட்டா படிப்பு முடிஞ்சுரும்.அடுத்து எங்கப்பா எனக்கு கல்யாண ஆலோசனை பாப்பாரு.அப்போ எப்டிடா நான் உன்ன கல்யாணம் பண்ணிக்க போறேன்னு எங்க அப்பாகிட்ட சொல்ல முடியும்.இந்த வொர்க்ஸ் ஷாப் வேலைலலாம்

அவரு ஒத்துக்க மாட்டார்டா.." னு விஜி சொல்ல, இருள் அவள எவ்வோ சமாதன படுத்த முயற்சி செய்தும் வேலைக்கு ஆகல.

"ஹே நீ ஏண்டி இவ்ளோ தூரம் யோசிக்கிற,அப்டிலாம் ஆகாதுடி..உங்கப்பாவ எப்டி ஒத்துக்க வைக்குறதுன்னு எனக்கு தெரியும்" னு இருள் சொல்ல "ஒருவேளை எங்கப்பா ஒத்துக்கலைனா அவர் சொல்ற பையனையே நான் கல்யாணம் பண்ணிக்குவேன் னு விஜி கட் அண்ட் ரைட் ஆ சொல்லிட்டா.கோபம் வந்த இருள்,"போடி போய் உங்க அப்பனையே கல்யாணம் பண்ணிக்கோன்னு சொல்ல,உச்சகட்ட கோபத்துல இனி உன்கிட்ட நான் பேசறதா இல்ல னு சொல்லிடு அந்த எடத்த விட்டு நகர்ந்து போயிர்ரா.இருளும் கண்டுக்கல.

"ஏண்டா கோவப்படுத்துற பாவம் அந்த பிள்ள...ஒழுங்கா பேச மாட்டியா நீனு..கிறுக்கு.." னு இன்னொரு பக்கம் சொடலையும் வைய்யிறான்.அட விட்றா சொடல பாத்துக்கலாம்..என்ன சமாதானம் பண்ண வந்துட்டு அங்கயும் புதுசா ஒரு பிரச்சனைய கெளப்பி உட்டு எதுக்கு வந்தோம்னே தெரியாம போது பாரு ஹாசு னு இருள் சொடலகிட்ட சொல்றான்.நாட்களும் நகருது.

ரொம்ப நாளா இருள்க்கு விஜி கிட்ட இருந்து எந்த அழைப்பும் வரல.இவன் கால் பண்ணாலும் எடுக்கல.அவளே அவ்ளோ பண்ணும்போது தப்பே பண்ணாத நான் பண்ணா என்ன!அவளே நம்மள தேடி

வரட்டும்னு.. விஜி நம்பர் அ பிளாக் பண்ணிட்டான்.

தினமும் சம்பாதிக்கிறத சேமிச்சு வச்சுகிட்டே வந்தான் இருள்.சொடலையும் மேற்கொண்டு படிக்க ஒரு கல்லூரில சேந்தான்.அவன் படிப்பும் ஒரு பக்கம் நல்லா போய்கிட்டு இருந்திச்சு.

சில மாதங்கள்ல விஜிய இருள்க்கு ரொம்ப தேட ஆரம்பிச்சுது.அந்த பக்கமா வந்த சொடல இருள பாத்து "இருளூ வா ஜான் கல்யாணத்துக்கு போயிட்டு வரலாம்."னு சொல்ல போடா இன்னொரு நாள் போய்க்கலாம்.ஜான் கல்யாணம் ஆயிரம் வரும்.எனக்கு இப்போ விஜிய பாக்கணும் போல இருக்குன்னு இருள் சொல்றான்.

ரெண்டு பேரும் சேந்து பஸ் ஏறி காலேஜ்க்கு போறாங்க.எத்தன நாள் ஆச்சு இந்த பஸ்ல போய்..னு பழைய நினைவுகள்லாம் இருள் மண்டைல ஓடிச்சு.

காலேஜ் உள்ள போகாம, முடிய வர வெயிட் பண்ணி அங்க அங்க உக்காந்துருகாங்க..எலி தான் காயிது புழுக்க ஏண்டா காயிதுங்குற மாதிரி சொடல சலிச்சுகிட்டான்.நீ இரு நான் போய் ஒரு தம் அ போட்டுகிட்டு வரேன்.உனக்கு வேணுமான்னு கேக்க இருள் வேண்டாம்னு சொல்லிர்றான்.பாவம் ஜான் கல்யாணதுக்காச்சும் போயிருக்கலாம்.

அது என்னப்பா ஜான் கல்யாணம் னு கேக்குறிங்களா?அது ஒன்னும் இல்ல..முகூர்த்த நாள் அன்னைக்கு எப்டியும் ஊர்ல நாலஞ்சு

மண்டபத்துல கல்யாணம் இருக்கும்.அதுல எதாச்சும் ஒரு தெரியாத வீட்டு கல்யாணத்துக்குப் போய் அத்த வணக்கம்,மாமா வணக்கம் னு தெரியாதவங்களையும் தெரிஞ்ச மாதிரி காட்டி நல்ல வயிறு முட்ட சாப்புட்டு வரது தான் ஜான் கல்யாணம்.இதெல்லாம் ஒரு பொழப்பானு உங்களுக்கு தோணலாம்.ஆனா அதுல வர த்ரில் அவிங்களுக்கு தான் தெரியும்.

ஒரு வழியா காலேஜ் முடிய,எல்லாரும் வீட்டுக்கு போய்ட்டாங்க.விஜிய மாத்ரம் காணல.கடைசியா இருள் கூட படிச்ச ஒரு பிள்ள போக, அத இருளும் சொடலயும் தடுத்து நிறுத்துறாங்க.

ஆரம்பத்துல சரியா அடையாளம் தெரியாட்டியும் கொஞ்ச நேரத்துலைையே இருள அந்த பொண்ணு அடையாளம் கண்டு பிடிச்சுற,நடந்த எல்லாத்தையும் இருள் சொல்றான்.

வருத்தம் ஆன அந்த பொண்ணு அபி,"பாரேன் ஒரு வார்த்தை சொல்லல கல்நெஞ்ச காரி விஜி.நாங்க கூட நாளடைவுல நீ வராததுக்கு காரணம் தெரிஞ்சு வர்த்தபட்டு அப்புறம் நாளாக அத பத்தி யோசிக்கவும் இல்ல.உங்க கிட்ட எப்டி சொல்றதுன்னு தெரியல.விஜி க்கு கொஞ்ச நாளா வீட்ல மாப்பிள்ளை பாக்குறாங்க.நாளைக்கு அவளுக்கு நிச்சயதார்த்தம்.அதான் இன்னைக்கு காலேஜ் வரல.ரொம்ப சாரி டானு சொல்லிட்டு அவ போக..

இடிய எறக்குன மாதிரி இருந்திச்சு இருள்க்கு.சொடலைக்கும் பெரிய அதிர்ச்சி.ரெண்டு பேரும் ஓடனே விஜி வீட்டுக்கு போக வண்டி ஏறுராங்க.போற வழியெல்லாம் இருளோட பொலம்பல்.கண்ணு முழுதும் செவந்து,"எனக்குனு இருந்தவ அவ..இப்போ அவளும் இல்லைன்னு ஆகிட்டா நான் செத்துருவேன் சொடல நு இருள் சொல்ல,இருள் கன்னத்துல பொளீர் னு ஒரு அறை விட்டு அமைதிப்படுத்துறான் சொடல.

விஜி வீட்டு முன்னாடி ரெண்டு பேரும் போக,மாடில இருந்து அவங்கள பாத்த விஜி பதற்றப்பட்டு கீழே வரா."அம்மா என் பிரண்ட்ஸ் வந்துருக்காங்க வெளிய போய் ரிசீவ் பண்ணிக்கிட்டு வரேன்னு" விஜி கீழே வந்து இருள பாக்குறா.

"என்ன விஜி இதெல்லாம்?என்ன கோவம் ஏன் மேல?நிச்சயமாமே உனக்கு!சரியான ஆளுதான் விஜி நீ!இப்போ கூட சொல்லு எங்கயான் போயிறலாம் ரெண்டு பேரும்" னு சொல்ல சொல்ல அவன் கண்ணுல இருந்து தார தாரையா கண்ணீர் கொட்டுது.

பொம்பள மாதிரி அழத நிறுத்து.மொதல்ல என்கூட வா..இங்க நின்னு பேசுறதா பாத்தா யாராச்சும் தப்பா நெனைப்பாங்க னு இருள் கைய பிடிச்சு பின் பக்கமா இழுத்துட்டு போறா விஜி.நடக்குறதெல்லாம் சொடலையும் கவனிச்சுட்டு தான் இருந்தான்.கோவத்த அடக்க முடியல..இருந்தாலும் என்ன

நடக்குதுன்னு பாப்போம்னு அமைதியா
இருந்தான் சொடல.

பொறவாசல் வழியா போற தோப்புல வச்சு
"சொல்லு இருள் எப்டி இருக்க னு விஜி
கேக்க,வந்த கோவத்துல இருள் விஜி ய
அடிக்க,"இன்னும் ரெண்டு அடி கூட அடிச்சுறு
தயவ செஞ்சு இங்க இருந்து போயிரு இருள்"னு
விஜி கேக்க,சிரிச்சுகிட்டே இருள் "அப்போ
எல்லாம் அவ்ளோ தான் ல..உன்கூடவே
இருப்பேன்..கட்டி பிடிச்சது..போன் பேசனது
எல்லாம் அவ்ளோ தான் ல.ஆமா உன்ன
கட்டிக்க போற அவரு என்ன பண்றார்?ஹான்?
னு கேக்குறான்.

"டாக்டர்"

ஹான் கேக்கல கொஞ்சம் சத்தமா!

"டாக்டர்"னு சத்தமா சொல்றா.

காச்ச,தலைவலி னா வீட்லே ஒரு அடிமை
சிக்கிட்டான்,அவன் பாத்துப்பான் ல...னு இருள்
சொல்ல,

"புரிஞ்சுகோ இருள்,அவர் ரொம்ப
நல்லவர்.கலரா இருக்கார்.எங்க ஜாதி
தான்.அப்பா,அம்மா நல்ல குடும்பம்.எங்க
அப்பா அம்மாக்கு கூட ரொம்ப
புடிச்சுருக்கு.மேற்கொண்டு என்ன படிக்க
வைக்கிறேன்னு கூட
சொல்லிருக்காங்க.எனக்கு ஒரு நல்ல லைப்
அமையுறத நீ தடுப்பியா!உனக்கு என்ன
புடிக்கும்ல..எனக்கு நேரம் இல்ல இருள் நான்
போணும்." னு விஜி சொல்றா.

என்னம்மா பேசற..நீ தான அன்னைக்கு வீட்டுக்கு வந்து அவன கட்டிக்குவேன்னு லாம் சொன்ன..எதோ கோவத்துல முட்டா தனமா அவன் எதோ சொன்னதுக்கு நீ இப்டி ரியாக்ட் பண்ணலாமா..?நீ இல்லைனா அவன் என்ன ஆவான்?வீட்ல பேசும்மா நீ இவன லவ் பண்றதா சொல்லு ப்ளீஸ் மா னு சொடல சொல்ல,

அண்ணா இது அப்டி இல்ல..நூறு தடவ யோசிச்சுட்டேன்..இதான் சரி.எங்கப்பா தூக்கு மாட்டி சாவணும்னு நெனைக்கிரின்களா!சொல்லுங்க இப்போவே போய் சொல்றேன் னு விஜி சொல்ல, சொடல "வேலைக்கு ஆகாது இருளு..உன்ன நல்ல ஏமாத்திட்டா.நல்லா இருந்துட்டு போட்டும் வா போலாம்"னு சொடல இருள் கைய பிடிச்சு கூப்டுறான்.

நல்லா பேசற விஜி.எங்க அப்பா அம்மாக்கு அப்புறம் நீ தான்னு நெனச்சேன்.ஆனா எனக்கு சந்தோசம் தான்.ஏன்னா ஒரு வேளை நமக்கு கல்யாணம் ஆகிருந்து உனக்கு அப்போ பாத்து "நான் கருப்பு" "நான் வேற ஜாதி,எனக்கு அப்பா அம்மா இல்ல,மேற்கொண்டு உன்ன படிக்க வைக்க வக்கில்ல..குறிப்பா நான் டாக்டர் இல்ல.."இப்டிலாம் தோணிரிச்சுனா அந்த செகண்டே என்ன நைட் ஓட நைட் ஆ கழட்டி விட்டுட்டு டாக்டர் எவனாம் கெடைப்பானாணு ஓடிருப்ப.நல்ல காலம் சொடல நான் தப்பிச்சேன்.எங்க அப்பா அம்மா செத்தப்போ கூட ஓடனே எனக்கு அழுகை வரல..ஆனா இப்போ என்னமோ ஸ்டாப் பண்ண முடில.நீ

போ விஜி..நல்லா இரு.சந்தோசமா இரு.வா சொடல போகலாம் னு இருள் சொல்றான்.

"இருள்..படிச்சு முடிச்ச அப்புறம் கல்யாணம் இருக்கும்.நீ கண்டிப்பா வரணும்.நான் போகணும் இப்போ தேடுவாங்க"னு விஜி சொல்ல,அழுகை கலந்த ஒரு புன்னகையோட விடை பெற்று செல்றான் இருள்.

உங்களுக்கு ஒரு கேள்வி.யாரெல்லாம் விஜி செய்தத ஒரு தப்பான கண்ணோட்டத்துல பாக்குறிங்க?

இருள பிடிச்சவங்களுக்கு விஜி செய்தது தப்பு.விஜிய பிடிச்சவங்கள பொருத்தவரைக்கும் விஜியோட முடிவு அவ எதிர்காலத்துக்கு நல்லது.ஆக இங்க சரி தப்புன்னு எதுவும் இல்ல.விஜி மனசுப்படி அவ இருள் கெட்டுனா நெறைய கஷ்டங்கள சந்திக்க வேண்டி வரலாம்.அவங்க அப்பா அம்மாவ இழக்க வேண்டி வரலாம்.வெறும் சாதாரண வேலைக்கு போற இருளால இவ வாழ்க்கையே இருள் ஆகலாம்.எதிர்காலமே கேள்விக்குறி ஆகலாம்.கொஞ்சம் திருப்பி ஆலோசிச்சு பாத்தா ஏன் அவங்க ரெண்டு பேரும் ஒருவேளை நல்ல நெலமைக்கு கூட போயிருக்கலாம்.

இருள பொருத்தவரைக்கும் விஜிய கல்யாணம் பண்ணிருந்தா அவன் காதல் கை கூடியிருக்கலாம்.அவன் வாழ்க்கையோட வெற்றிடம் நிரம்பியிருக்கலாம்.அவளோட சப்போர்ட்ல முன்னேற்றம் அடைஞ்சு விஜி அம்மா,அப்பா அவங்கள ஏத்துகிட்டு குடும்பம்

குழந்தை னு நல்ல ஒரு வாழ்க்கை
வாழ்ந்துருக்கலாம்.ஒரு வேளை இதெல்லாம்
நடக்காம ஏழ்மையான வாழ்க்கைனால சண்ட
வந்து ரெண்டு பெரும் பிரிஞ்சு கூட
போயிருக்கலாம்.அதனால இவங்க சரி இவங்க
தப்புன்னு எதுவுமே இல்ல இந்த
உலகத்துல.எல்லாம் வெவ்வேறு பாசிபிலிட்டி
தான்.

இந்த பிரபஞ்சம் ரொம்ப
வித்யாசமானது.அழகானது.அது எப்போ
யாருக்கு வாழ்க்கைல என்ன மாதிரியான ஒரு
திருப்பத்த குடுக்கும் னு யாராலையும் கணிக்க
முடியாது.அது நல்லதாவும் இருக்கலாம்
கெட்டதாவும் இருக்கலாம்னு என்னோட
நண்பன் சுடலை அடிக்கடி என்கிட்ட
சொல்லுவான்.கடவுள் தான் எல்லாரையும்
காப்பத்தணும் னு இன்னொரு நண்பன் ஜே.
சொல்லுவான்.

என்ன பொறுத்த வரைக்கும் எனக்கு கடவுள்
நம்பிக்கையும் இல்ல.பிரபஞ்சத்தின் மீதான
ஈர்ப்பும் இல்ல.நான் வெற்றிடத்தின்பால் ஒரு
ஈர்ப்பு கொண்டுள்ளேன்.மனித இனம்
உருவானதுக்கு அப்புறம் மனிதன் சுயமா
யோசிக்க ஆரம்பிச்சதுக்கு அப்புறம் ஒரு
மொழி மத்தவங்களுக்கு புரிய கூடாதுன்னு
புதுசா ஒரு மொழிய கண்டுபிடிச்சதுக்கு
அப்புறம்.. கடவுள்,அறிவியல்,பந்து வடிவ
பூமி,தட்டையான
பூமி,நிறம்,மதம்,மயிறு,மட்டைன்னு இப்போ
வரைக்கும் ஒரு வெற்றிடத்ததான் உருவாக்கி
அத நிரப்பிகிட்டே வரான் மனிதன்.

ஒரு வெற்றிடத்த ஒருத்தன் கடவுளாளையும் ஒருத்தன் அறிவியலாலையும் நிரப்புறான்.ஒருத்தன் அல்லாவாலயும் ஒருத்தன் ஜீசசாலையும் இன்னொருத்தன் இந்து கடவுள்களாலயும் நிரப்புறான்.ஒருத்தன் ஜாதி,ஒருத்தன் நிறம்,ஒருத்தன் சாத்தான்,ஒருத்தன் சுகம்,சொத்து,போதை,கனவு,காமம் னு இப்டி எல்லாத்தோட ஆரம்ப புள்ளியும் ஒரு வெற்றிடதுல இருந்து தான் ஆரம்பிக்குது.

ஒன்னும் இல்லாத கிளாஸ் ல தான நிரம்ப தளும்ப பால்,காப்பி,மது,விஷம் னு நிரப்ப முடியும்.அதனால நான் எதுக்குமே ஒரு தீர்வு குடுக்க விரும்பல.நான் கடவுளையும் நம்பல,பிரபஞ்சத்தையும் வேண்டல.உண்மை தெரியிற வரைக்கும் எல்லாமே எனக்கு வெற்றிடம் தான்.நான் எதையும் வேண்டுவதும் இல்ல.தேடிப் போறதும் இல்ல.எதுக்கும் ஆசைபட்றதும் இல்ல.காலச்சக்கரத்தின் ஊடே பம்பரம் விளையாடி பயணித்து கொண்டு இருக்கிறேன்.

நாட்களும் ஓட இருள் ரொம்பவே தனிமைய உணர ஆரம்பிச்சான்.என்னதான் கூட யார் இருந்தாலும் அவனுக்கு அது தனிமை உணர்வாவே இருந்திச்சு.

என்னைக்காச்சும் நீங்க தனிமைய உணர்ந்து வருந்தீருக்கிங்களா?உண்மையில் தனிமை அப்டின்னு ஒன்னு இருக்குதா இந்த ஒலகத்துல?

"தனிமை" உண்மையில் அப்டின்னா என்ன?நமக்கு சொந்தமானவங்க நம்மள விட்டு

பிரியுறதுக்கு பேர் தான்
தனிமையா?இல்லைனா யாரும் இல்லாதவங்க
தனிமையானவங்களா?தனியா ஒரு
அறைக்குள்ள சிறைப்பட்டு இருக்குறதுக்கு
பேரு தனிமையா?நம்மள யாருக்குமே
பிடிக்கலைனா இல்லாட்டி நம்மள யாராச்சும்
ஒதுக்குறாங்கனா அது தனிமையா?
உண்மையில் "தனிமை" அப்டின்னு ஒன்னு இந்த
ஒலகத்துல இருக்கா?இந்த கேள்விக்கு
என்னோட பதில், தனிமை அப்டிங்குற
வார்த்தை உண்மையில் ஒரு மாயை தான்.அத
எப்டி கடந்து வாரோம் ங்கறதுல தான் அந்த
எண்ணத்துல இருந்து மீள முடியும்னு
நெனைக்குறேன்.உதாரணத்துக்கு
சொல்லனும்னா இந்த ஒலகத்துல யாருமே
தனிமையா இல்லை.நமக்குன்னு இந்த ஒலகமே
இருக்கும்போது எப்டி நம்ம வாழ்க்கை தனிமை
ஆகும்?கண்ணனுக்கு தெரியாத
பாக்டீரியாக்க்களால கூட நம்ம தனிமைய
போக்க முடியும் னு நான் ஆழமா
நம்புறேன்.நான் இப்போ சொல்றத ஆராய்ச்சி
பண்ணாம எண்ணங்களால
உணரப்பாருங்கள்.மனதுக்குள் நான் இனி
சொல்வதை கற்பனை செய்து கொண்டே
படியுங்கள்.

சொல்லப்போனா என்னோட வாழ்க்கையோட
கடந்த ஆறு வருடங்கள நான் என்னோட
இருட்டான அறைல தான் கழிச்சுகிட்டு
இருக்கேன்.ஒரு தடவை கூட என்னோட
உடல்நலக் குறைவு பற்றியோ இல்லைனா
தனிமையைப் பற்றியோ நான் எண்ணியதே
இல்லை.அன்றாடம் கொசுக்கள் என் காதில்

சங்கீதம் பாடுகின்றன. ஈக்கள் என் மேல் அமர்ந்து தன் இரு கைகளை உரசி என்னுடன் மல்லுக்கட்டி சண்டைக்கு அழைக்கின்றன.ஜன்னலுக்கு வெளியே பறவைகள் வானில் காதல் கோலமிடுகின்றன.வீட்டிற்கு வெளியே எனது வண்டியின் கிக் ஸ்டார்ட்டர்,என்றாவது ஒரு நாள் என் கால்களை முத்தமிடலாம் என்று காத்துக்கிடக்கின்றன.கல் என்னுடன் பேசுகிறது.மரங்செடிகள் என்னுடன் சேர்ந்து இளைபாருகின்றன.சில சமயம் நடனமும் ஆடுகின்றன.நான் குடிக்கும் தண்ணீர் என் தொண்டையை வருடிச்செல்கிறது.இன்னும் சொல்லபோனால் இதே போன்று எண்ணிலடங்கா காரணங்கள் என் தனிமையைப் போக்கிக் கொண்டே தான் இருக்கின்றன.என்னை சுற்றி உள்ளவர்களுக்கு வேண்டுமானால் நான் தனிமையை அனுபவிப்பதாக தோன்றலாம்.உண்மையில் நான் இந்த பிரபஞ்சத்தின் மேகங்களைக் கயிறுகளாக்கி கிரிக்கெட் மட்டையை ஊஞ்சலாக கட்டி அதில் இளைப்பாறிக்கொண்டிருகிறேன்.நீங்களும் சற்று வாருங்களேன் என்னோடு இளைப்பாறி தேநீர் அருந்த.

தனிமைங்க்றது ஏற்படுத்திகிறது தானே தவிர ஏற்பட்றதில்லை னு நெனைக்கிறேன்.

எப்போவாச்சும் உங்க வாழ்க்கைல நம்ப முடியாத ஒரு அதிசயம் நடந்துருக்கா?

உங்கள ஒரு கொசு கடிக்குது னு வைங்க..என்ன பண்ணுவீங்க? இதென்னப்பா கேள்வி?பட்டுன்னு அடிச்சா பொட்டுன்னு போயிர போகுது அதான்..கொசுக்கள் ஏன் நம்மள கடிக்குதுனு யோசிச்சுருகிங்களா?நம்மளோட இரத்தத்த குடிச்சு உயிர் வாழுது னு சொல்றது எனக்கு கேக்குது.இப்போ இப்டி யோசிச்சு பாருங்களேன்!ஒரு பேச்சுக்கு, மனிதர்களோட தீக்க முடியாத ஒரு நோய்க்கு மருந்து கொசுக்கள் கிட்ட இருந்து நமக்கு கெடைக்குதுன்னு தெரிஞ்சா என்ன நடக்கும்?சும்மா விடுவோமா?தேடி தேடி கொசுக்கள கூண்டோட கைலாசத்துக்கு அனுப்பமாட்டோம்?ஆனா நமக்கு அப்டி ஒரு தேவை வரல..ஆனா கொசுக்கள் அப்டி இல்ல..அதுங்களுக்கு நம்மள கடிக்கிற தேவை னு ஒன்னு இருக்கு.அதுக்காக அதுங்க சாகணுமா என்ன?பெரும்பாலும் நம்ம எப்போ அடிப்போம் ஒரு கொசுவ?நம்ம உடம்புல அதோட ஊசிய இறக்கும் போது, இல்லைனா அதோட வயிறு முழுக்க நம்ம இரத்தம் நிரம்பி இருக்குறத பாத்து.அதோட வேலை முடிஞ்சது னு கௌம்புறப்போ அத கொல்றது சரிதானா?நான் சொல்றது ரொம்ப பைத்தியகார தனமா இருக்கா?இப்போ நூறு மனுசங்களுக்கு மத்தீல ஒரு பைத்தியகாரர் இருக்கார் னு வைங்க.அதே மாதிரி நூறு பைத்தியகாரங்க வாழுற ஒரு கிரகத்துல ஒரு மனுஷன் மாட்டிகிட்டான் னு வைங்க.இப்போ சொல்லுங்க யார் இங்க நிஜ பைத்தியக்காரர்?எப்டி நூறு மனுசங்க மத்தில

வித்தியாசமா தெரியிற ஒருத்தர பைத்தியம்னு நெனைக்கிறோமோ அதே மாதிரி தான நூறு பைத்தியகாரர்களுக்கு மத்தியில வித்தியாசமா செயல்படற ஒரு மனுசனும்!

ஒரு நாலு நாளைக்கு உங்களோட தண்ணி ஜக்குமேல மெதக்குற எறும்புகள காப்பாத்தி அதுக்கு புத்துயிர் குடுத்து அது நகர்ரத பாருங்க..அஞ்சாவது நாள் உங்க கைமேல ஊறுற எறும்பையோ பூச்சியயோ கொல்லணும்னு நெனைக்க மாட்டிங்க.நான் மொட்டை மாடியில் பறவைகளுக்கு உணவும் தண்ணீரும் வைக்கும்போது பெரும்பாலும் காக்கைகளே இளைப்பாற வரும். பலர் என்னிடம் கூறியது,காகம் சனி,பீடை இன்னும் என்னல்லாமோ.எனக்கு இறை நம்பிக்கை இல்லாது போனதற்கு இதுவும் கூட ஒரு காரணம்.நம்மைப்போன்றே கண்,காது,ரத்தம்,சதையென வாழும் ஒரு உயிரினம் சனி பகவானின் பெயரைச் சொல்லி ஒதுக்கப்படுவது எனக்கு சரியாக படவில்லை.ஒரு நாள் சற்று நேரம் தவறினாலும் என் மனதில் அடிக்கடி ஓடும் விஷயம்,தினமும் தண்ணீர் இருக்கும் அந்த இடத்தில் சென்று பார்க்கும் காக்கைகளுக்கு,பிற பறவைகளுக்கு ஒரு போதும் ஏமாற்றத்தை அளித்து விடக்கூடாது..மாறாக அதிசயத்தை வழங்க வேண்டும் என்பது தான்.நீங்களும் இந்த செயலைத் தொடர வேண்டும் என்று விரும்புகிறேன்.

அதிசயம் ங்கற வார்த்தை ரொம்பவே புனிதமானது.ஆங்கிலத்துல மிராக்கிள்னு

சொல்லுவாங்க.என்னைகாச்சும் ஒரு இக்கட்டான சூழ்நிலைல மாட்டியிருக்கப்போ யாராச்சும் வந்து நம்மள காப்பாத்திற மாட்டங்களா..எதாச்சும் ஒரு மிராக்கிள் நடந்துறாதா னு நெனைக்காத ஆளே இருக்க மாட்டாங்க!அந்த சமயத்துல எதாச்சும் ஒரு அதிசயம் நடந்தா நம்ம நம்புற எதாச்சும் ஒரு சக்திக்கு நன்றி சொல்லுவோம்.அதே மாதிரி தான உதவிக்கு போராடற மத்த உயிரினங்களும்!எதாச்சும் ஒரு மிராக்கிள் நடக்கும்னு அது நம்பிகிட்டு இருக்குறப்போ நாம ஏன் அந்த அதிசயத்த நிகழ்த்தக் கூடாது?நம்ம தேடுன மிராக்கிளா ஏன் நாம மாறக் கூடாது?யோசிச்சு பாருங்க!நீங்க நூறு மனுசங்களா செயல்பட்டா நான் ஒரு பைத்தியக்காரனா கூட மாறத் தயார்.

ஒருவேளை ஒரு மிராக்கிள் இருளோட வாழ்க்கைல நடந்தா நல்ல இருக்கும்ல.

மாதங்கள் ஓட ஓட மனித இனமும் வளர ஆரம்பிச்சுது.பட்டன் போன் மாறி தொடுதிரை போன்கள் நெறைய உருவாச்சு.எல்லாரும் அதுக்கு கொஞ்சம் கொஞ்சமா மாற ஆரம்பிச்சாங்க.ஆரம்பத்துல இதெல்லாம் யாருப்பா உபயோகிப்பாங்க!கீழ விழுந்தா போயிரும்..அத போட்டு தேச்சுகிட்டுன்னு சொன்னவங்கல்லாம் டச் போன் க்கு அடிமை ஆக ஆரம்பிச்சாங்க.வாட்ஸ்சாப்,இன்ஸ்டாக்ராம் னு நிறைய செயலிகள் வர ஆரம்பிச்சுது.இருள் முகமும் கொஞ்சம் மாற

ஆரம்பிச்சுது.சொந்தமா ஒரு வொர்க்ஸ்ஷாப் வச்சுருக்கான்.

மறுநாள் காலைல "டேய் சொடல கௌம்பிட்டியாடா? எவ்ளோ நேரம்?வாடா போலாம்." னு இருள் சொடலைக்கு கால் பண்ண "டேய் வேணாம் டா இப்போவும் சொல்றேன் போ வேண்டாம்."னு சொடல சொல்ல,

மரியாதையா கௌம்பி வான்னு ரெண்டு பேரும் விஜி கல்யாணத்துக்கு போறாங்க.கல்யாணம் சிறப்பா நடக்க,தாடியோட இருள் முகத்த பாத்த விஜி க்கு ஏதோ ஒரு குற்ற உணர்வு.அவ முகத்த பாத்த இருள், ஒன்னும் இல்ல லைப் ல இது ஒரு பகுதி..எனக்கு இதுல வருத்தம்லாம் இல்லைன்னு குடுத்த ஒரு முக பாவனைல விஜி முகம் ஆசுவாசம் ஆச்சு.சாப்டு போங்கனு விஜி செய்கைல சொல்ல,"நீ சொல்லாட்டியும் அத தான் பண்ண போறோம்னு சொடலை மனசுக்குள்ளே நெனச்சுகிட்டான்.

வாடா கௌம்பலாம் னு சொன்ன இருள்கிட்ட `ஜி எங்க போறீங்க உங்க கல்யாண சாப்பாட மாப்பிள்ளை தோழன் நான் சாப்ட வேண்டாமா னு இழுத்துட்டு போய் ரெண்டு பேரும் பந்தில உக்காருறாங்க.."ஏண்டா இருளு ஆயிரம் ஜான் கல்யாணத்துக்கு போய் சாப்டுருப்போம்.கடைசீல உன் ஆளு கல்யாணமும் இப்டின்னு தெரியாம போச்சுன்னு சொடல சொல்ல ரெண்டு பேரும் சிரிச்சுகுறாங்க.

அண்ணே பருப்பு,இன்னொரு பப்படம்னு
சொடல வெளுத்து கட்ட மறுபக்கம் இருள்
போன் க்கு பேஸ்புக்ல இருந்து ஒரு மெசேஜ்
"ஹாய் தெயர்,மகான்டாங் உமாஹா"னு. பேர
பாக்குரான் ஏதோ "லாஸ் மி விடா" னு
போட்ருக்கு..யோசிச்சு பாத்தா எங்கேயோ
கேட்ட பேராட்டும் தோணுது.அக்கௌன்ட்
உள்ளார பாத்தா முதல்ல ஹாய் னு அனுப்பி
இருக்குறதே இருள் தான்னு காட்டிச்சு.தேதி ய
பாக்குரான் பல மாதங்கள் முன்னாடி இவன்
அனுப்புனதா காட்டுது.

இப்போ தான் அவனுக்கு நியாபகம்
வருது.பேஸ்புக் ல முதல் முதல்ல பாத்து
அவனுக்கு புடிச்சு போன ஒரு பொண்ணு கிட்ட
இருந்து இத்தன நாளுக்கு அப்புறம் பதில்
வந்துருக்கு."டேய் சொடல டேய் சொடல இங்க
பார்டா.."னு இருள் சொல்ல சொடல போன் அ
பாக்குறான்."ஹாசு மி விடியா" வா டேய் என்னடா
எதோ கெட்ட வார்த்தை மாதிரி இருக்குனு
கிண்டல் பண்ணி "டேய் வேண்டாம்டா
மொதல்ல டீச்சரு அப்புறம் விஜி! இப்போ
பாரின் காதலியா!தயவ செய்ஞ்சு என்ன ஆள
உட்ரு னு சொடல சொல்றான்.

"டேய் இனிலாம் ஏன் வாழ்க்கைல எந்த
பொண்ணும் இல்ல..இது பேசற பாஷையே
எனக்கு புரில.இதுல எங்க இருந்து காதல் கீதல்
லாம்.நம்ம கலர் க்கு உள்ஊர்லையே
மதிக்கலயாம். போடா!னு இருள் சொல்றான்.

வீட்டுக்கு போன இருள்க்கு என்னவாச்சும் ஒரு
பதில் அனுப்பனும்னு தோணிகிட்டே
இருந்திச்சு.பதில் ல அவன் "ஹாய் உனக்கு

இங்கிலீஷ் தெரியுமான்னு கேக்க,உடனே அவ இருள் அனுப்புன செய்திய பாத்துட்டு "எஸ்"னு பதில் போடறா.உடனே பதில் வந்தத பாத்துட்டு இருள் உள்ளார என்னனு தெரியாத ஒரு படபடப்பு வந்திச்சு.நாலஞ்சு நாள் நல்லா பேச ஆரம்பிச்சாங்க.

ஆமா அது என்ன பேரு "லாஸ் மி விடா"இப்டிலாமா பேரு வைப்பாங்க ஒருத்தர்க்கு?னு இருள் கேக்க,ஒரு சிரிப்பு எமொஜி அனுப்புன அவ "தாட் மீன்ஸ் அதாவது லாஸ்மிவிடா ங்கறது எங்க நாட்டுல இருக்குற ஒரு தீவுக் கூட்டம்.மூன்று தீவுகள் சேர்ந்த ஒரு பெரும்தீவு.லஸ் என்பதுக்கு ஒளி னு அர்த்தம்.அறிவாளினு கூட ஒரு அர்த்தம் இருக்கு.என்னோட பாட்டியோட பாட்டி பெயர்.அத தான் எனக்கு வச்சுருக்காங்க."னு லாஸ் மி விடா சொல்ல,ஒருவேளை இருள் மேல படர்ந்து அவனுக்கு வெளிச்சம் குடுக்கப் போற அந்த ஒளி.. லாஸ் மி விடாவோ னு எனக்கு இப்போ ஒரு டவுட் இருக்கு.பாப்போம்.. வாழ்க்கை ஒரு ஆச்சர்யமான விஷயம் தான..!

அது சரி உன்னோட பேரு இருள் க்கு என்ன அர்த்தம்?னு லாஸ் கேக்க,"அர்த்தம் னு லாம் ஒன்னு இல்ல..ஓல்ட் காட் நேம்..மை பேரென்ட்ஸ் நெய்ம்ட் மீ இருள்.இன்டர்நெட் ல பாத்தா டார்க் னு மீனிங் வரும்..நானும் பாக்க டார்க் ஆ தான் இருப்பேன்"னு இருள் சொல்றான்.ரெண்டு பேரும் குறுஞ்செய்தி மூலமாவே சிரிச்சுகுறாங்க.மணிக்கணக்கா பேசறாங்க.

ஆரம்பத்துல கொஞ்சம் ஒருத்தர பத்தி ஒருத்தர் சும்மா தெரிஞ்சுக்க ஆரம்பிச்சவங்க,அப்புறம் வீடியோ கால் மூலமா பேச ஆரம்பிச்சாங்க.இருள் அப்போ அப்போ தப்பா இங்கிலீஷ் பேசறதும் அத லாஸ் சரி பண்றதுமா ரொம்ப அழகா போச்சு அவங்க வாழ்க்கை.

லாஸ் க்கு வீடியோ மூலமா சொடலையயவும் அறிமுகபடுத்தினான் இருள்.ஒரு நாள் காலைல குட் மார்னிங் னு இருள் அனுப்ப,பதிலுக்கு லாஸ் கிட்ட இருந்து "மகன்டங் உமாகா" னு பதில் வந்தது.ஒன்னும் புரியாதவன் என்னனு கேக்க,"ஐயோ சாரி நான் பழக்க தோசத்துல எங்க நாட்டு பிலிப்பைன்ஸ் மொழியான தகலாக் ல ரிப்ளே பண்ணிட்டேன் னு சொல்றா.

லாஸ் கிட்ட இருள் அவளோட மொழியான "தகலாக்"அ கத்து கொடுக்கும்படி கேட்டுகிட்டான்.

லாஸ் தன்னோட மொழிய இருள்கு படிப்படியா கத்துக் கொடுத்தா.ஆரம்பத்துல கொஞ்சம் கஷ்டமா தான் இருந்திச்சு.முதல்ல கொஞ்சமா கத்துகிட்டா புரியும் னு வார்த்தைகளோட அர்த்தங்கள லாஸ் இருள்க்கு புரிய வச்சா.

கேஸ்டோ – எனக்கு தேவை

மகன்டாங் – அழகான

மகன்டாங் உமாகா – காலை வணக்கம்

மகன்டாங் கபி – மாலை வணக்கம்

கவா – செய்கிறாய்

வா – சரி

கனின் – சாப்பிட்டாயா

சலாமட் – நன்றி

டுரோ- கற்றுக்கொடுத்தல்

சப்ஹின் – கூறு

கனின்- சோறு

இனும்இன் – குடி

ப்ரிட்டோ – வறுத்த

மனோக் – கோழி

வாலாங் – இல்லை

பெரா – பணம்

இது போன்று மேலும் சில வார்த்தைகளையும் லாஸ் கற்றுக் கொடுத்தாள்.அவனுடைய ஆசையே நாளை காலை அவளுக்கு அவளது மொழியில் குட் மார்னிங் சொல்ல வேண்டும் என்பது தான்.அவளிடம் இன்று இது போதும், இதை மனப்பாடம் செய்வதே குதிரை கொம்பென கூறினான்.அவளும் பதிலுக்கு அதெல்லாம் ஈசியா கத்துக்குவ னு சொல்லிக்கிட்டு புன்முறுவல் எமொஜி உடன் விடை பெறுகிறாள்.

நாளை காலை எப்படியாவது லாஸிடம் அவளது மொழியில் குட் மார்னிங் சொல்லி விட வேண்டும் னு சீக்ரமா தூங்க போனான் இருள்.காலைல அலாரம் சத்தத்துல எழுந்தவன்

ஓடனே போன எடுத்து பேஸ்புக் உள்ள போனவனுக்கு அதிர்ச்சி.அவன் பிலிப்பைன்ஸ் மொழியில அனுப்புறதுக்கு முன்னாடியே அவள் தமிழ் மொழியில காலை வணக்கம் இருள் னு அனுப்பியிருந்தா.

இருள் முகத்துல அவ்ளோ பூரிப்பு.லாஸ் மேல அவனுக்கு காதல் வர ஆரம்பிச்சுது.ஆரம்பத்துலே சொன்னேனே காதல் ஒரு வாட்டி தான் வரணும்னு இல்ல.ஓடம்புல எத்தனை மில்லியன் செல்கள் இருக்கோ அத்தனை வாட்டியும் வரலாம்..

காலை வணக்கத்துக்கு பதில் கடிதமா இருள் மகன்டாங் உமாகா னு பதில் அனுப்புறான்.சொடலை கிட்ட, டேய் அந்த பொண்ணு ஏண்டா எனக்கு தமிழ் ல மெசேஜ் அனுப்பனும்?ஒரு வேளை கல்யாணத்துக்கு அப்புறம் ஈசியா இருக்கணும்னோ! னு கேக்க, அத அவகிட்டயே கேளு! எனக்கு வேற வேல மைறு இருக்குன்னு போயிர்றான்.

சாயங்காலமா லாஸ் வீடியோ கால் ல வர,அவ கிட்ட இருள் "ஹே உனக்கு எப்டி எங்க நாட்டு மொழி தெரியும் னு ஆச்சர்யமா கேக்க,

உனக்காக ராத்திரி பூரா ஓரளவு கூகுள் ல கத்துகிட்டேன் னு லாஸ் சொல்றா.இருள்க்கு கண்ணு கொஞ்சம் கலங்கிரிச்சு."ஹே இதுக்கு ஏன் அழுறனு லாஸ் கேக்க,"அது ஒண்ணும் இல்ல ரொம்ப நாளா தனிமைல இருந்தா மாதிரி இருந்திச்சு.உன்கூட பேசுற கொஞ்ச நாளாதான் எனக்கு எங்க அம்மா கூட இருக்குற மாதிரி னு இருள் சொல்ல,லாஸ் கும் கண்கள் ஒரு ஓரமா

குளமாக ஆரம்பிச்சுது."நீ ஏன் லாஸ் அழுகுற னு இருள் கேக்க,நானும் ரொம்ப நாள் அப்றமா தான் சந்தோசத்தப் பாக்குறேன்.என்னோட அம்மாவும் அப்பாவும் பிரிஞ்சுடாங்க.நான் இப்போ என்னோட ஸ்டெப் பாதர் வீட்ல தான் இருக்கேன்.அவரும் ரொம்ப நல்லவர் தான்.

எனக்கு எங்க அப்பாவ ரொம்ப புடிக்கும்.அப்போ அப்போ எங்க அப்பா கூட டைம் ஸ்பென்ட் பண்ணுவேன்.நாங்க பிஷ்ஷிங் பண்ண ரிவர் போவோம்.புடிச்சத சாப்டுவோம்.ஆனாலும் அவர ரொம்ப மிஸ் பண்றேன்.இவ்ளோ ஏன் இன்னும் கொஞ்ச நாள்ல எனக்கு பதினாறு வயசு ஆகுறப்போ நான் எனக்கு புடிச்ச எடத்துல இருக்கலாம்.என்ன யாரும் கேக்க முடியாது.என் பொறந்தநாளுக்கு எங்கப்பா என்ன பாரின் க்கு நேர் கூட்டிகிட்டு போறதா ப்ராமிஸ் பண்ணி இருக்காரு..ஊர கூட என்னையே ச்சூஸ் பண்ண சொல்லிட்டாரு...ஹே ஹாப்பி! னு லாஸ் சொல்றா.

ஹே இவ்ளோ நாளா ஏன் சொல்லல,உங்க அப்பா அம்மா பிரிஞ்சத இவ்ளோ சுலபமா சொல்ற!எப்டி உங்க சித்தப்பா வீட்ல இருக்க?னு இருள் கேக்க,"ஹே இதெல்லாம் எங்க நாட்ல ஒரு பெரிய விசயமே இல்ல,அண்ட் தாட் இஸ் நாட் சிடப்பா! அது ஸ்டெப் பாதர் ன்னு லாஸ் சொல்றா.

இருள்க்கு அந்த கதையக் கேக்க ரொம்ப கஷ்டமா இருந்தாலும் ஒரு பக்கம், ஒரு அம்மா, ஒரு அப்பாவ விட்டு பிரிஞ்சு இன்னொருத்தர்

கூட ஒரு நல்ல ரிலேஷன்ஷிப் ல இருக்குறத ஜீரணிக்க முடியல.ஆனா அது ஒன்னும் பிரச்சனை இல்ல.அத விளக்கி எடுத்து சொல்ல அவனுக்கு லாஸ் இருக்கா.உங்களுக்கு நான் இருக்குற மாதிரி.

உண்மைய சொன்னா இப்போ இருக்குற சூழ்நிலைல நம்ம நாடு ஒரு நல்ல வளர்ச்சிய தான் அடஞ்சுருக்கு.உடன்கட்டை ஏறுதல் னு முன் காலத்துல ஒரு சட்டம் இருந்திச்சாம்.கணவன் இறந்தா மனைவியும் அதே நெருப்புல விழுந்து வெந்து சாகனுமாம்.அதுவே மனைவி இறந்துட்டா கணவன் இன்னொரு பொண்ண கல்யாணம் பண்ணிக்கலாம்.இது மாதிரியான கொடுமைகள் ல இருந்து இந்தக்காலகட்டம் மாறி இருக்குறது பெரிய விஷயம்.விதவை பெண்கள் ஒரு காலத்துல இன்னொரு கல்யாணம் பண்ணிக்க அனுமதி இல்லைன்னு எங்க பாட்டி சொன்னது எனக்கு நியாபகம் வருது.ஏன் நிறைய பெண்களுக்கு அவங்க முன் தலைமுறைய பாத்து மறுமணம் அப்டிங்குற எண்ணமே வந்தது இல்லையாம்.இப்டி ஒரு அவல நிலைல இருந்து இப்போ ஓரளவு முன்னேறி இருக்குறோம்.நிறைய பெண்கள் கணவனை இழந்தாலும் அவங்களுக்கு இன்னொரு வாழ்க்கை இருக்குணு தங்களோட வாழ்க்கைய புடிச்சா மாதிரி கட்டமைச்சுகிறது எனக்கு ரொம்ப சந்தோசம்.வெளிநாடுகள் இந்த மாதிரியான விஷயங்கள நமக்கு ரொம்ப முன்னாடியே பின்பற்ற ஆரம்பிச்சுடாங்க.லாஸ் மாதிரியே இன்னும் நிறைய குழந்தைகளுக்கு குறிப்பா நம்ம நாட்டு குழந்தைகளுக்கு

பரவலான மனநிலை வேணும்ணு நான் ஆசைபடறேன்.

குறிப்பா பெண்களுக்கு அவங்களுக்கான மரியாதை கெடைச்சே ஆகணும்.நமக்கு தெரியாத பெண்களுக்கு குடுக்குற மரியாதை மட்டுமில்ல.நமக்கு தெரிஞ்ச நம்ம வீட்டுல இருக்குற நம்மள நம்பி வந்த,நம்மை கைவிட்ட ன்னு அது எந்த மகளிரா இருந்தாலும் சரி. மதிப்பு குடுக்க கத்துக்கணும்.பெண்களுக்கு தக்க மதிப்பு கெடைக்காம இருக்குறதுக்கு உதாரணமா என்னோட வீட்டையே கூட சொல்லலாம்.என்னால முடிஞ்ச அளவு போராடி பாத்தும் பிரயோஜனம் இல்ல.ஆனா அந்த சூழல் எனக்கு ஒரு விஷயத்த கத்துக் கொடுத்திருக்கு.எப்படி நடந்துக்கக் கூடாதுன்னு!

இருள் இப்டியே தொடர்ந்து லாஸ் கூட பேசறது சொடலைக்கு ஏனோ சரியா படல.மறுபடியும் இருள் கற்பனை கோட்டை கட்டி ஏமாந்து போவான்னு ஒரு பயம்.அவன் சொல்லியும் இருள் கேக்கல.அதனால வந்த சண்டைனால இருளும் சொடலையும் சரிவர பேசிக்கல.அவனா வந்து பேசுவானு இவனும் இவன் பேசுவான்னு அவனும் காத்துகிட்டு இருந்தாங்க.

ஒரு நாள் இப்டி தான் லாஸ் கிட்ட தன்னோட காதல சொல்லிரலாம்ணு இருள் நெனச்சான்.மகன்டங் உமாக நு குட் மார்னிங் சொன்ன இருள்க்கு காலை வணக்கம் நு பதில் போட்றா லாஸ்.மெதுவா லாஸ் கிட்ட இருள் `எனக்கு ரொம்ப நாளா ஒரு சந்தேகம் லாஸ்' னு

கேக்க ஆர்வத்தோட லாஸ் என்னு கேக்குறா."அது.. அது ஒன்னும் இல்ல உங்க பாஷைல காதலுக்கு எப்டி சொல்லுவாங்க?இல்ல வேண்டாம் நான் உன்னை காதலிக்கிறேன் னு எப்டி சொல்லுவாங்க" னு இருள் கேக்க,

"மஹால் கிட்தா" அப்டின்னு சொல்லுவாங்க னு லாஸ் சொல்றா.உடனே மஹால் கிட்தா லாஸ் னு இருள் சொல்ல லவ் யூ டூ னு லாஸ் சொல்றா.என்னதான் அப்டி சொன்னாலும் இருள் க்கு அதுல ஒரு உண்மையான பீலே கெடைக்கல.மெதுவா, டூ யூ ஹேவ் பாய் பிரென்ட் னு கேக்க,எஸ் ஐ டூ ஹாவ் னு லாஸ் சொல்றா.ஏற்கனவே ஒரு தோல்விய சந்திச்சதால இருள்க்கு இது ஒண்ணும் அவ்ளோ பெரிய பாதிப்ப ஏற்படுத்தல.மாறா அவங்களோட வாழ்க்கை முறைய தெரிஞ்சுக்கணும்னு ஆர்வமா தான் இருந்திச்சு.இதுக்கு மேல தன்னோட காதல வெளிபடுத்தாமையே இருக்குறது நல்லதுன்னு அவனுக்குப் பட்டுது.

என்ன இருள் பேச்சையே காணும்ன்னு லாஸ் கேக்க,அது ஒன்னும் இல்ல..உங்க ஊர்ல பசங்க பொண்ணுங்க கிஸ் லாம் பண்ணிப்பங்களா இங்கலாம் கல்யாணத்துக்கு முன்னாடி அப்டிலாம் பண்ணா தப்புப்பா னு இருள் சொல்றான்.முத்தம் ஙகறது என்ன அன்பின் பரிமாற்றம் தான இதுல என்ன தப்பிருக்கு!இத ஏன் உங்க நாட்ல ஒரு விதமா பாக்குறாங்க?இது என்னோட நாலாவது பாய் பிரென்ட் நாங்க மொத்தமா தெளசன்ஸ் கிஸஸ் மேல

பண்ணிருப்போம்.இதெல்லாம் ஒரு விஷயமா
னு லாஸ் சொல்றா.முத்தத்துக்கே ஈ
ஆடல.நாலாவது போய் பிரண்டா!சரி தான் னு
போனான் இருள்.

லாஸ் ஓட பிறந்தநாள எதிர்பாத்து
காத்திருந்தான் இருள்.அந்த நாளும்
வந்திச்சு.வாழ்த்து சொல்லலாம்னு பேஸ்புக்
போனவன் "பிறந்தநாள் வாழ்த்துக்கள்
சொல்றான்.நன்றி சொன்ன லாஸ் கிப்ட் ஏதும்
இல்லையா?னு கேக்க "உனக்கு இல்லாமையா..
பட் போட்டோ தான அனுப்ப முடியும்..நீ வேற
பல்லாயிரம் கிலோமீட்டர் தூரத்துல இருக்க னு
இருள் சொல்றான். "ஓ அப்டியா இருள்
என்னோட பிறந்தநாளுக்கு நான் உனக்கு ஒரு
கிப்ட் தரலாம்னு இருக்கேன்.சர்பிரைஸ்
என்னனு கெஸ் பண்ணு பாப்போம்"னு லாஸ்
சொல்றா.

ஹே உன்னோட பொறந்தநாளுக்கு
எனக்கென்ன சர்ப்ரைஸ் ஹே ப்ளீஸ்
சொல்லுப்பா!னு கேக்க

இருள் நான் இப்போ எங்க அப்பா கூட
இருக்கேன்.இனி நான் நெனச்ச மாதிரி
எங்கப்பா கூட நெறைய டைம் ஸ்பெண்ட்
பண்ணலாம்.

வாவ் எனக்கு ரொம்ப சந்தோசமா
இருக்கு.உண்மையாவே பெரிய கிப்ட் தான்
லாஸ் னு இருள் சொல்ல,இது இல்ல
கிப்ட்!அதுக்கும் மேல ஒன்னு இருக்கு.யோசிச்சு
கண்டுபிடி பாப்போம் னு லாஸ் சொல்றா.

நோ ஜடியா ப்ளீஸ் நீயே சொல்லிரு,எனக்கு ரொம்ப ஆர்வமா இருக்கு னு இருள் சொல்றான்.

ஹே இருள் நானும் எங்க அப்பாவும் இந்தியால மும்பை வாரோம்.இந்த பொறந்தநாளுக்கு எந்த கண்ட்ரி போலாம்னு கேட்டதுக்கு நான் தான் உன்ன நேரடியா பாத்தே ஆகணும்னு இந்தியா போகலாம்ன்னு சொன்னேன்.எப்டி என்னோட கிப்ட் இருள்? னு லாஸ் கேக்க,

ஒரு பக்கம் சந்தோசத்துல தலைகால் புரியல.மறுபக்கம் இந்தியானாலே வடநாட்டு பக்கம் தானா?ஏன் இந்த சென்னை,குமரி னு வர கூடாதா..நாம எப்டி மும்பை வர போக!ஒன்னும் புரியலையேனு யோசிச்சான் இருள்.தனக்கு புடிச்ச பொண்ணு,தான் காதலிக்கிற பொண்ணு அதும் அவ அப்பாவோட நம்மள பாக்குறதுக்காகவே எத்தன நூறு மைல் தாண்டி இந்தியா வாரா.இந்த ஒரு சின்ன முயற்சிய கூட நம்ம பக்கம் இருந்து எடுக்கலைனா னு இருளோட மனசாட்சி சொல்லிச்சு.

என்னதான் "ஏகார்ட் டோலே" வழியில மனம் சொல்றத இப்போ கேக்காட்டியும் நானும் கூட ஒரு காலத்துல இருள் மாதிரி தான் யோசிச்சேன்.அதனால இருள் நெனச்சது எனக்கு தப்பா தோனல.

நாளைக்கு மறுநாள் காலைல லாஸ் இந்தியா வந்துருவா.ஆனா ஒத்த பைசா இல்லாம நாம எப்டி மும்பை வர போகுறது!சை ஒரு நாள் முன்னாடி சொல்ல மாட்டாளா!நேத்து தான் கரண்ட் பில்லு தண்ணி வரி, அந்த பில்லு, இந்த

பில்லு, இது கூட பரவா இல்ல ஒன்னு ரெண்டு பேருக்கு கடன் வேற குடுத்துருக்கோம்.இப்போ மும்பை எப்டி போறது! னு இருள் கொழம்பி போனான்.எப்டியும் பத்தாயிரம் இருபதாயிரம் செலவாகும்.காரணம் லாஸ் கு அவன் பரிசு வேற குடுக்கணும்.ஒரு நாளைக்குள்ள எப்டி அவ்ளோ பணம் பொரட்ட னு யோசிச்சான்.

தெரிஞ்சவங்ககிட்ட லாம் போராடி கேட்டான்.ஒருத்தனும் கை குடுக்கல.நேரா போய் சொடலைகிட்ட,எனக்கு மும்பை போற அளவுக்கு பணம் வேணும்டா சொடலை னு சொல்ல அவனும் "ஒரு மனிப்பு கேளு என்கிட்ட! முயற்சி பண்றேன் பணத்துக்கு"னு சொல்ல,எந்த வார்த்தையும் பேசாம இருள் போயிர்றான்.ஈகோ அவன தடுக்குது போல.

அடுத்தநாளும் ஆகுது..மும்பை போற ஒரே ஒரு ரயில பிடிக்கணும்..அதும் கொண்டு போய் சேக்க நாலு நாள் எடுக்கும்.அத விட்டா வேற வண்டி இல்ல.கைல பணமும் இல்ல.லாஸ் கிட்ட என்னால உன்ன பாக்க வர முடியாதுன்னு சொல்ல நெனைக்கிறான் இருள்.போன் அ எடுத்து பாக்குறான்.அதுல லாஸ் அவங்க தங்கப் போற விலாசம் அனுப்பிருக்கா.அத பாத்துட்டு அவனால எப்டி நான் வர மாட்டேன்னு சொல்ல முடியும்.மனச இரும்பாக்கிட்டு டைப் பண்ண ஆரம்பிக்கிறான்...

ஒரு நிமிசம்..சில சமயங்கள்ள சில மனிதர்கள்கிட்ட நீங்க மெசேஜ் பண்றப்போ எதாச்சும் ஒரு விசயத்த டைப் பண்ணுவிங்க.பெரிய வசனம்லாம் எழுதிகிட்டு

அத அவங்ககிட்ட அனுப்ப மனம் இல்லாம பேக்
ஸ்பேஸ் அடிச்சுருபிங்க.சில நேரம்
அனுப்பிகிட்டு அத அவங்க பாக்குற முன்னாடி
டெலிட் பார் எவ்ரி ஒன் னு பாக்க முடியாத
மாதிரி அழிச்சுருப்பிங்க.இந்த ரெண்டயுமே
பண்ண முடியாத ஒரு அவஸ்தையில தான்
இப்போ நம்ம இருள் மாட்டிகிட்டான்.பொறுங்க
உங்களுக்கே புரியும்.

கொஞ்ச நேரத்துல இருள பாக்க சொடல
வந்தான்.என்ன மாப்ள தூர தேசம்
போயிருப்பேன்னு நெனச்சேன்...பாத்தா ஆளு
இங்கனக்குள்ள இருக்க னு
கேக்க,கடுப்பேத்தாம போல சொடலனு இருள்
கோவிச்சுக்குறான்.

டேய் சொடல இன்னிக்கி எதாச்சும் ஜான்
கல்யாணம் இருக்குதா?போவோமா?னு
கேக்குறான்.

சொடல தன்னோட பாக்கெட் ல இருந்து
டட்ட..டைங்.. னு ஒரு கட்டு பணத்த எடுத்து
இருள்கிட்ட குடுத்துட்டு போவோமா இல்ல
மாப்ள போற..போடா மும்பைக்கு!
போ..உன்னோட ஒளிய போய் பாரு... னு
சொடல இருள ஆச்சர்ய கடல்ல
மூழ்கடிக்குறான்.

எப்டிடா இவ்ளோ பணம் உன்கிட்ட னு கேக்க
சொடலை புன் சிரிப்ப மட்டும்
வெளிபடுத்தினான்.சீக்ரம்
கெளம்புடா..ரயிலுக்கு நேரம் ஆச்சு.சீக்ரமா
அவகிட்ட நீ வர்ரதா சொல்லு னு சொடல

சொல்ல..இருள் கீழ தரைல செதறி கெடக்குற போன் அ பாக்குறான்.

டேய் இருளு என்னடா பண்ணி வச்சுருக்க ஹூசு பயலே னு சொடல கேக்க,என்னால உன்ன பாக்க வரமுடியாது லாஸ்..என்ன மனிச்சுரு னு சொல்லி தகவல் அனுப்பிட்டு கடுப்புல போன் அ தூக்கி எரிஞ்சு ஒடச்சுட்டேன்டா னு இருள் சொல்றான்.

சரி வா இருள்! இப்போ பேசறதுக்கு நேரமில்ல.ரயிலுக்கு நேரமாச்சு. இப்போ இந்த போன் அ சரி பண்ணலாம் வழி இல்ல.அத நான் பாத்துக்குறேன்.வா போகலாம் னு சொடல இருள ஒரு பைக் ல வச்சு கூட்டிகிட்டு போறான்.போன அவசரத்துல எதையும் கவனிக்காத இருள்,ரயில்வே ஸ்டேஷன் வந்ததும் பைக் அ பாக்குறான்.டேய் சொடல யார் பைக் டா இது,ஆமா உன் வண்டி எங்க?னு இருள் கேக்க,`அதெல்லாம் இப்போ பேச நேரமில்ல ட்ரைன் கிளம்பிரும் வண்டிய போய் புடின்னு சொடல சொல்றான்.

உன் வண்டிய எனக்காக விக்கல னு ஏன் மேல சத்யம் பண்ணி சொல்லு நான் போறேன் னு சொடலய பாத்து இருள் கண்கலங்க கேக்குறான்.

"ஆமா வித்துட்டேன்" சொடல பதில் சொல்றான்.

"ஏன் ?"

யார்காகவும் இல்ல என் இருளுக்காக! உனக்கு அவ ரொம்ப முக்கியம் எனக்கு நீ முக்கியம்..அவ கிட்ட உன் காதல

சொல்லு..ஏத்துகிட்டாலும் சரி இல்லைனாலும் சரி என்னைக்கும் நான் இருப்பேன் உன்கூட! னு சொடல சொல்ல,

கண்ணீரோட ஓடி போய் சொடலைய கட்டி அணைச்சுக்கிட்டு மனிச்சுறு சொடல னு இருள் சொல்றான்.

உன் மனிப்பத் தூக்கி ஓடப்புல போடு!யார் கேட்டா இப்போ மனிப்பு னு சொல்லிட்டு இருக்கும்போதே ரயில் கூவுற சத்தம் கேக்க,

ரெண்டு பேரும் ஓடி போய்...ரயில பிடிக்க, பாத்து பத்தரமா போ இருளு!அங்க போனதும் எப்டியாச்சும் உன் ஒளிய பாத்து ப்ரொபோஸ் பண்ணிரு.என்னோட போன் அ வச்சுக்கோ இதுல லாகின் பண்ணி அவகிட்ட வர தகவல சொல்லிரு!னு சொல்லிகிட்டே ரயில விட்டு எறங்குன சொடல, இருளுக்கு டாட்டா காட்ட ரயில் சொடல கண்ண விட்டு மறஞ்சு போகுது.கண்ணீர் ததும்ப கண்ண தொடச்சுகிட்டே சொடல வழிய பாத்து நடக்க ஆரம்பிச்சான்.

ரயிலுக்குள்ள ஏறுன இருள் ஒரு இருக்கைல உக்காந்தான். தனக்காக சொடல உயிரா நெனச்ச வண்டிய வித்தத நெனச்சு ரொம்பவே பீல் பண்ணான் இருள்.அவனோட அம்மாவும் அப்பாவுமா என்னைக்குமே சொடல இருப்பான்னு சந்தோஷ பட்டான்.

ரயில் ஓட கழிவறைக்குப் பக்கத்துல இருக்குற வாஷ் பேசின்ல மூஞ்சிய கழுவுனவன், திறந்த கதவுக்கு பக்கத்துல உக்காந்தான். போன் அ

எடுத்து லாஸ் கு தகவல் சொல்லலாம்னு நெனச்சு பேஸ்புக் ஓபன் பண்ணச்சுல போன் தவறி கீழ விழுந்துருது.மண்ட காஞ்சு போனான் இருள்.வேற வழி இல்ல..மும்பை போய் லாஸ்அ நேர்ல பாக்குறது தான் ஒரே வழி..காத்திருந்தான்...நேரம் ரொம்ப மெதுவா போச்சு.பக்கதுல உக்காந்துருந்தவங்கல்லாம் வாயில பீடா ஓட செவப்பா ரத்தம் தெறிக்கிற மாதிரி பேசிகிட்டு இருந்தாங்க.மொத நாள் ரயில்ல கெடச்ச இட்லி, ரெண்டாவது மூணாவது நாள் கெடைக்கல.வேற வழி இல்லாம கெடச்ச சப்பாத்தியையும் பருப்பையும் சாப்ட்டான்.லாஸ் அ பாக்க போறத நெனச்சு இது ஒன்னும் பெரிய விசயமா தெரியல இருளுக்கு.

நாலு நாள ரயிலுலையே கழிச்சான் இருள்.பிரம்மாண்டமான பம்பாய் நகருக்குள்ள காலடி எடுத்து வச்சான்.எல்லா உணர்வுகளும் கலந்த அந்த நகர்ல மக்கள் கூட்ட நெரிசல எங்கும் காண முடிஞ்சுது அவனால.அரக்க பறக்க ரயில பிடிக்க ஒரு கூட்டம்,ரிக்ஷா ஹாரன் சத்தம்,விபச்சார விடுதிக்கு வெளிய பெண்கள், ஆண்கள கூப்பிட கலகலக்கும் சத்தம்,கடைகள் ல பேரம் பேசற கூட்டம்,திருநங்கைகள் கைதட்டல் சத்தம்,குழந்தைகள குழாய் கீழ உக்கார வச்சு குளிப்பாட்ற அம்மாக்கள்,குழாயடி சண்டை,அழகான உணவுகள்,குளிர்பானங்கள்,தின்பண்டகள்,பீ டா கடைகள் னு எல்லா எடத்துலயும் சத்தமும் இரைச்சலும் இருந்துது.ஆனா அது எல்லாமே பாக்க அவ்வளவு வண்ணமயமான காட்சியா

இருந்துது.லாஸ் க்கு புடிச்ச அரியவகை பூக்கள்
இருக்குற கடைக்கு போனான்.விலை
கேட்டான்.அவங்க பச்சாவ் கிச்சாவ் னு
ஏதேதோ சொல்ல ஒன்னும் புரியல
அவனுக்கு.தனக்கு தெரிஞ்ச ஆங்கிலத்துல
விலைய கொறச்சு பேசி ஆறாயிரம் ரூபாய்க்கு
பூக்கள வாங்கி பைக்குள்ள வச்சுக்கிட்டு லாஸ்
சொன்ன ஹோட்டெல நோக்கி விரைந்தான்
இருள்.அங்க போய் விசாரிச்சதும் அவங்க
கொஞ்சம் முன்னாடியே கிளம்பிடதா
சொல்றாங்க.தலையும் புரியாம வாலும்
புரியாம திக்கற்று போனாப்ல ஆகிரிச்சு
இருளுக்கு.அவங்க ரூம் உள்ளார அனுமதி
கேட்டு போக அங்க பிறந்தநாளுக்கு
வெட்டப்பட்ட கேக் அனாதையா
இருந்திச்சு.அங்க துணி வைக்கிற இடத்துல ஒரு
பேப்பர் இருந்திச்சு.அதுல இருளுக்காக
சந்தோசமா எழுதப்பட்டு இருந்த செய்தி
பேனாவால அடிக்கப்பட்டு "நீ வரமாட்டேன்குற
மெசேஜ் பாத்து ரொம்பவே ஹர்ட்
ஆகிருச்சு..இனி இந்த லெட்டர் க்கு உபயோகம்
இல்லை.. குட் பாய் இந்தியா ன்னு எழுதிருக்கு.

கண்ணீரோட வெளிய வந்தவன்,உடனே
பக்கத்துல விசாரிச்சு பம்பாய் ஏர்போர்ட் க்கு
விரைஞ்சு போறான்.டைம்
பாக்குறான்.விமானம் போக இன்னும் கொஞ்ச
நேரம் தான் இருக்கு.இருக்குற கூட்ட நெரிசல்ல
முதல்ல அவனுக்கு தெரிஞ்ச அழகான
சத்தங்கள்லாம் இரைச்சலா
இருந்திச்சு.அழகான மும்பை கோரமா
தெரிஞ்சிது.எப்டியோ விமானநிலையம்
வந்துட்டான்.காலம் கடந்திரிச்சு.மிஸ்டர்

ஜோர்டன் அண்ட் அவங்க டாட்டர் லாஸ் பத்தி விசாரிக்க,ஜோர்டன் விமானத்துல கிளம்பி போய்ட்டா சொல்றாங்க.தலைய தொங்க போட்டுக்கிட்டே விமான நிலையத்த விட்டு வெளிய வரான் இருள்.மனசுக்குள்ள `தப்பு பண்ணிட்டோம்..வர மாட்டேன் னு சொல்லி போன் அ ஓடச்சுருக்க கூடாது..இவ்ளோ காசு செலவழிச்சு கஷ்ட பட்டு வந்து போன் அ வேற தொலைச்சு...நீ எதுக்குமே லாயக்கு இல்ல இருள்' னு தேம்பிகிட்டே தலைய தொங்க போட்டு நடக்க,

"ஹாய் இருல் சலமாட்" னு குரல் கேக்குது.கூட்டத்துக்கு நடுவுல முன்னாடி லாஸ் நிக்கிறா ரொம்ப அழகா.எந்த மாதிரின்னா பல கோடி நட்சத்திரங்களுக்கு நடுவுல பிரகாசமான ஒரு நிலாவ போல.இருள் அவனோட ஒளிய பாத்துட்டான்.வேற எந்த சந்தோசமும் அவனுக்கு இனி பெருசா இருக்க போறதில்ல.ஓடி போய் அவள இறுக்க கட்டி அணைச்சுகிட்டான்.

(லாஸும் இருளும் ஆங்கிலத்துல பேசிகிட்டாலும் புரிதலுக்காக தமிழ்லயே சொல்ல முயற்சிக்கிறேன்.)

எதுக்காக இருல் அழுகுற னு லாஸ் கேக்க,உன்ன நேருல பாக்குற வாய்ப்பு கெடச்சும் தவற விட்டுட்டேன்னு ரொம்ப வார்த்தப் பட்டேன்.இப்போ பாத்ததும் என்ன ஆச்சுனு தெரியல லாஸூ..நீ போய்ட்டா சொன்னாங்க...அப்புறம் எப்டி?..ஒன்னும் வெளங்கல...

யுவர் பிரெண்ட் தட் கை..உன்னோட போன் ல இருந்து வீடியோ கால் பண்ணிருந்தான்.ஜஸ்ட் நவ் ப்ளைட் ல போன் அ எரோப்லேன் மோட் ல போடறதுக்கு முன்னாடி கால் அடேன் பண்ணேன்.அவன் தான் சொன்னான் எல்லாத்தையும்.அதான் பப்பா கிட்ட சொல்லிக்கிட்டு நான் மட்டும் இறங்கிட்டேன்.பப்பா பிலிப்பைன்ஸ் க்கு பறந்துட்டாங்க.வி ஹாவ் டு சோ தன்க்புல் டு யுவர் பிரெண்ட்.வாட் ஹிஸ் நேம்?

`சொடல' னு இருள் சொல்ல..

சொட்லாய் ஏ! ரைட் னு லாஸ் சொல்றா.

நோ நோ நாட் சொட்லாய் இட்ஸ் சொடல! தட்ஸ் ஆல் னு இருள் சொல்றான்.

யா காட் இட் இருல் னு லாஸ் சொல்றா.

அண்ட் மை நேம் இஸ் இருள்..`ள்' ..ள்.

அவ்! இருல்..

நோ இருள்!

ஓகே இருல்... னு லாஸ் சொல்ல

ரெண்டு பேரும் மனசு விட்டு சத்தமா சிரிச்சுகுறாங்க.

லாஸ் இந்தியாவுல இன்னும் சில நாளைக்கு இருக்குறதா சொல்லிட்டா.எப்டியாவது தன்னோட ஊருக்கு லாஸ கூட்டிகிட்டு போகணும்னு இருள் ஆசை.லாஸ்மி யும் ஒத்துகிட்டா.

"ஆமா உன்ன ஒத்தையில விட்டுட்டு உங்கப்பா உன்னைய தேட மாட்டாரா? னு இருள் கேக்க..

"நோ எங்கள நாங்களே பாத்துக்க மாதிரி தான் எங்க நாட்டுல கத்து குடுத்து இருக்காங்க. ஏன் உங்க அப்பாம்மா உன்ன தேடிருபாங்களா? னு லாஸ் மறந்து போய் கேக்க .."இருந்துருந்தா கண்டிப்பா தேடிருபாங்கனு இருள் சொல்றான்.

"ஐ ஆம் சாரி இருள்.. னு லாஸ் சொல்றா.

ஹே நமக்குள்ள சாரி லாம் எதுக்கு?நாங்க பிரெண்ட்ஸ்குள்ள சாரி,தேங்க்ஸ் லாம் சொல்லிக்க மாட்டோம் னு இருள் சொல்ல

"ஏன் சொல்லிக்க மாட்டிங்க? அது டேக் இட் பார் கிராண்டேட் ஆ அவங்கள எடுத்தா மாதிரி ஆகிறாதா னு லாஸ் கேக்குறா.

ஏன் னு தெரியல ஆனா நாங்க யாருக்கும் பொதுவா சாரி தேங்க்ஸ் லாம் சொல்லிக்க மாட்டோம்னு இருள் சொல்றான்.

"இனிமேல சாரி தேங்க்ஸ் லாம் சொல்ல கத்துக்க சொல்லி இருள லாஸ் வலியுருத்துறா.அவனும் அத ஏத்துக்குறான்.

ஆமா நீங்க என்னைக்காச்சும் சாரி,அண்ட் தேங்க்ஸ் னு சொல்ல நெனச்சுருகிங்களா?சொல்லாம விட்ருகின்களா?இதுக்கெல்லாம் போய் சொல்லனுமான்னு நெனச்சுருகிங்களா?பஸ் ல பயணம் பண்ணும் போது நடத்துனர் பயணசீட்டு தந்ததும் அவங்களுக்கு தேங்க்ஸ் னு சொல்லிருகிங்களா?ஒரு ஹோட்டல் ல

சாப்பிட்டு முடிச்சு அந்த சாப்பாடு நல்லா இருந்திச்சுனா அவங்கள்ள பாராட்டிருகிங்களா?உங்க குடும்பத்துல ஒருத்தர் உங்களுக்கு தண்ணீர தம்ளர்ல கொண்டு வந்து தரும்போது நன்றி பாராட்டிருக்கிங்களா?

"நான் ஏன் இதெல்லாம் செய்யணும் ?நான் காசு குடுக்குறேன் நடத்துனர் டிக்கெட் தரார்,

சாப்பாடு நல்லா இருந்திச்சு ஆனா ஹோட்டல் நிர்வாகத்துக்கிட்ட அத பாராட்டி சொல்ற அளவுக்கு நேரமில்ல,அல்லது கூச்சமா இருக்குது.

எங்கம்மா அல்லது ஏதாவது ஒரு உறவினர் அவங்களுக்கு ஏன் நான் நன்றி,மனிப்பு இதெல்லாம் சொல்லணும்..சொன்னா அது எதோ வழக்கத்துக்கு மாறாவுல இருக்கு.எனக்கு உதவ தான அவங்க இருக்காங்க!பதிலுக்கு நானும் உதவ போறேன் னு நீங்க நெனைக்கிறீங்களா?

உண்மைய சொல்லப்போனா நம்ம நாட்டுல பரவலா இருக்குற சிந்தனை தான் இது.என்னக் கேட்டிங்கன்னா கொஞ்சம் கொஞ்சமா சாரி மற்றும் தேங்க்ஸ் னு சொல்லி பழக ஆரம்பிச்சுடிங்கன்னா நாளடைவுல அது ஒரு நல்ல பழக்கமா மாறிடும்.பாராட்டுவதால நமக்கு எந்த களங்கமும் வந்துறப் போவதில்ல.நடத்துனர் கிட்ட சொல்ற நன்றி அவர் முகத்துல ஒரு புன்முறுவல ஏற்படுத்தலாம்.அன்னைக்கு பூரா அவர் பட்ட கஷ்டம் அந்த ஒரு வார்த்தைல,அவருக்கு

கெடைக்குற மரியாதைல பஞ்சா பறந்து போலாம்.தான் சமைச்ச சாப்பாடு நல்லா இருக்குன்னு ஒருத்தர் கிட்ட இருந்து வர்ற பாராட்டுக்கு ஏங்குறவங்க கோடி பேர்.குடும்ப உறுப்பினர்களா இருந்தாலும் எல்லாரும் சக மனிதர்கள் தான.அதனால மனிப்பு கேக்குறதால,நன்றி சொல்லுறதால, பாராட்டுறனால நமக்கு எந்த நஷ்டமும் ஏற்படப்போறதில்ல.வாய் விட்டு நன்றி சொல்லிருங்க.மனசு விட்டு பாராட்டிருங்க.மனசுக்குள்ள வச்சுக்காம மன்னிப்பு கேட்க பழகிருங்க.

நாளைக்கு உங்கள பாத்து உங்க பிள்ளைகள்,நண்பர்கள்,பலர் இத கடைபிடிக்கலாம்.உடனே இல்லாட்டியும் ஒரு சில ஆண்டுகள்ல உங்க கிட்ட இருந்து நல்ல பண்புகள் மற்றவர்களுக்கு கடத்தப்படலாம்.நீங்க ஒரு நல்ல தொடக்கமா இருக்கணும்னு வேண்டிக்குறேன்.நன்றி!

இப்போ கதைக்கு வருவோம்...!

லாஸும் இருளும் சேந்து கன்னியாகுமரிக்கு வர தீர்மானிக்குறாங்க.ரயில்ல உக்காந்து வண்டியும் கெளம்புது. வண்டில வச்சு லாஸ் தன்னோட பிறந்தநாள் பரிசு எங்கனு கேக்குறா.இருள் தன்னோட பைய திறந்து பாக்குறான்.காஞ்சு போன பூக்கள் இருந்துது.இத எப்டி குடுக்குறதுன்னு யோசிச்சவன், சாரி லாஸ் உனக்கு நான் எந்த பரிசும் வாங்கல .. னு தயக்கத்தோட சொல்ல, லாஸ் இருளோட பைய வங்கி அதுல இருந்த காஞ்சுபோன பூக்கள பாத்து

சந்தோஷப்பட்டுக்குறா.அந்த காய்ஞ்ச பூக்கள எடுத்து தன் கிட்ட இருந்த ஒரு நோட் குள்ள வச்சுக்குறா.எனக்கு புடிச்ச ரேர் ப்லார்ஸ்!ரொம்ப தேங்க்ஸ்..பெஸ்ட் கிப்ட் இன் மை லைப் !நீ எனக்காக எவ்ளோ கஷ்ட பட்டிருக்க இருல்!னு சொல்லி இருள் கன்னத்துல ஒரு முத்தம் வைக்குறா.இருள் க்கு கன்னங்கள் லாம் செவந்து போச்சு.

லாஸ் ஓட போன்க்கு இருள் போன் ல இருந்து வீடியோ கால் வர,"ஹேஎன் உயிர் நண்பன் கூப்ட்றான் ஓடனே பாரு னு சொல்லி...லாஸ் அட்டென்ட் பண்றா.

அந்த பக்கத்துல இருந்து சொடல,'வாட் ஹப்பென்ட்' னு கேக்க,லாஸ் தன்னோட அருகில இருக்குற இருள காமிக்கிறா.சந்தோசத்துல இருளும் சொடலையும் சத்தம் போட்டதுல ரயில் ல இருந்த பயணிகள் லாம் அதிர்ந்துட்டாங்க.

நடந்ததெல்லாம் இருள் சொல்றான்.போன் தொலஞ்சது,லாஸ் ஊருக்கு போனதா நெனச்சு வர்த்தப்பட்டது,லாஸ் அ பாத்தது.. எல்லாத்தையும் சொல்லிட்டு சொடலைகிட்ட நன்றி சொல்லிக்கிறான்.இன்னைக்கு ஏன் வாழ்க்கைலையே சந்தோசமான நாள்!இந்த எல்லா சந்தோசதுக்கும் காரணம் நீ தான் சொடல னு கண்ணு கலங்குறான்.அப்புறம் தான் லாஸ் அ கூட்டிகிட்டு வீட்டுக்கு வர்றதா சொல்றான்.லாஸும் சொடலைகிட்ட நன்றிய தெரிவிச்சுக்குறா.சொடலை மட்டும் சரியான நேரத்துல தகவல் சொல்லலைனா லாஸும் அவங்க அப்பாவோட ஊருக்கு போயிருப்பா.

சரி னு கால் அ கட் பண்றப்போ,`ஒரு நிமிஷம் இருளு கொஞ்சம் தனியா பேசணும் வாப்பா!னு சொடலை சொல்ல,இருளும் லாஸ் அ விட்டு தள்ளி போறான்.

சொல்லு சொடல..னு இருள் சொல்ல,

ஆமா அது என்ன கன்னத்துல ஒரு கறை? னு கேக்க அப்டிலாம் ஒன்னும் இல்லையேனு இருள் கவனிச்சா அது லாஸ் குடுத்த முத்தத்தோட லிப்ஸ்டிக் கறை.டேய் சொடல அது வந்து அது...அவளுக்கு கிப்ட் குடுத்தனா பதிலுக்கு அவ இத குடுத்தா னு இருள் சொல்றான்.

போடு சூப்பர் அப்போ கண்டிப்பா இது லவ் தான்.ஓடனே அவகிட்ட ப்ரொபோஸ் பண்ணிரு னு சொடல சொல்றான்.

இல்ல மச்சான்..முத்தம் குடுத்தான்னு லாம் லவ் னு சொல்லிர முடியாது.அவளுக்கு பாய் பிரெண்ட் லாம் இருக்காம் சொடல.நான் எப்டி சொல்ல...அவங்க ஊர்லலாம் ஒருத்தவங்கள காதலிச்சா கன்னத்துலயா முத்தம் குடுப்பாங்க!உதட்டுலைல குடுப்பாங்க.அது மட்டும் இல்ல..நான் ஊருக்கு வந்ததும் அத பத்தி யோசிக்கலாம்னு இருக்கேன் சொடல னு சொல்றான்.அப்புறம் உன்ன மாதிரி ஒரு பிரெண்ட் கெடைக்க குடுத்து வச்சுருக்கணும்..எங்க அப்பா அம்மாக்கு அப்புறம் என்ன நல்ல புரிஞ்சு வச்சது நீ மட்டும் தான் சொடல னு சொல்றான்.ஆமா இதுக்கு எதுக்கு நீ தனியா கூப்ட்ட?அவ பக்கத்துல வச்சு சொல்லிருந்தாலே அவளுக்கு ஒன்னும்

புரிஞ்சுருக்க வாய்ப்பில்ல னு சொல்லி சிரிக்கிறான் இருள்.

சரி இருள், நீ ஊருக்கு வா மத்ததெல்லாம் அங்க பேசிக்கலாம்னு போன் அ வைக்குறாங்க.

ரயில் ல திடீர்னு கை தட்ற சத்தம் கேக்க என்னனு ரெண்டு பேரும் பாக்குறாங்க..திருநங்கை ஒருத்தங்க கைதட்டி,அவங்க கிட்ட காசு கேக்க,இருளும் காசு எடுத்து லாஸ் கையால அவங்க கிட்ட குடுக்க சொல்றான்.பதிலுக்கு அவங்க, லாஸ் மற்றும் இருள் தலைல கைவச்சு வாழ்த்திட்டு போறாங்க.லாஸ் க்கு ஒன்னும் புரியல.எதிரே காசு குடுக்காத ஒருத்தர வையிறத பாத்த லாஸ்க்கு என்ன நடக்குதுன்னே புரியாம இருளப் பாத்து கேக்குறா.பதிலுக்கு இருள்,எடுத்து புரிய வைக்க, லாஸ் க்கு குழப்பம் அதிகமாகிரிச்சு.

ஆமா இருல்,அவங்க ஏன் வேலை பாக்குறதில்லையா?ஏன் எல்லாரும் ட்ரான்ஸ் ஜென்டேர்ஸ் அ பாத்து பயப்பட்றாங்க உங்க நாட்டுல?எதுக்காக காசு குடுக்குறீங்க?எதுக்காக வாழ்த்துறாங்க?எல்லாருமே இப்டி தானா? னு லாஸ் கேக்க,

அப்டி இல்ல லாஸ்..இதுல அவங்க தப்பு மக்கள் தப்புன்னு பிரிச்சு மீக்க தெரியல எனக்கு.மக்களும் நெறைய பேர் அவங்கள சரியா நடத்துறதில்ல.அவங்களும் ஏன் வேலைக்கு போகாம காசு கேக்குறாங்கனும் தெரியல.ஒருவேள வேலைல அவங்களுக்கான

மரியாதை கெடைக்காம
போயிருக்கலாம்.உனக்கு எப்படி சொல்லி
வெளக்குறதுனும் தெரியல.

காலம் காலமா இங்க இப்டி நடக்குது.யாருமே
சிந்திச்சு பாக்குறதில்ல.ஆனா முன்ன மாதிரி
இப்போ இல்ல.ட்ரான்ஸ் ஜென்டர் நெறைய
பேரு இப்போ படிக்குறாங்க.சொந்தமா வேலை
பாக்குறாங்க.மக்களும் நெறைய பேர்
புரிஞ்சுகிட்டாங்க.வேற என்ன சொல்றதுன்னு
தெரியல.உண்மைய சொல்லணும்னா நீ
கேக்குற கேள்வி எனக்கும் கூட பல நாள்
சந்தேகமா கெடக்கு.வெளக்க யாருமில்ல' னு
இருள் லாஸ் க்கு சொல்றான்.லாஸ் புரிஞ்சும்
புரியாமலும் தலைய ஆட்றா.ஆள உட்டா
போதும் னு இருளும் பெருமூச்சு உட்றான்.

இப்போ எனக்கு உங்ககிட்ட ஒரு கேள்வி!ஒரு
பத்து நிமிஷம் உங்ககுள்ளேயே கேட்டு
பாருங்க.பதிலையும் ஆராயுங்க.....

திருநங்கைகள நீங்க எப்படி அழைப்பிங்க?

இதுல என்னங்க இருக்கு..!நீங்க எப்டி
திருநங்கை னு சொல்றிங்களோ அப்டி தான்
நாங்களும் சொல்வோம்னு சொல்றிங்களா?

சரி அப்போ இப்டி வச்சுக்குவோம்!

உங்கள சார்ந்தோர்கிட்ட அவங்கள எப்படி
சொல்லி சொல்லுவிங்க?உதாரணத்துக்கு
உங்க பிள்ளைகள் கிட்ட,உங்க நண்பர்
கிட்ட,அம்மா அப்பா கிட்ட,உங்க
வாழ்க்கைத்துணை,தம்பி,தங்கை னு
எல்லாரையும் குறிப்பிட்டு கேக்குறேன்..இப்டி

எல்லா உறவுகள் கிட்டயும் ஒரே மாதிரி தான் சொல்லுவிங்களா?அப்படி இருந்தா பரவா இல்லை.ஒரு வேளை உங்க நண்பர்கள் கிட்ட அரட்டை அடிக்கும் போது திருநங்கை அப்டின்னு சொல்லாம சொல்லக்கூடாத வார்த்தைய உபயோகிச்சத நெனச்சு குற்ற உணர்வு அடையுறீங்களா?அப்படி ஒரு துளி குற்ற உணர்வு தோன்றினாலும் இந்த நொடியே உங்களோட மாற்றத்துக்கான நொடி னு உங்கள மாத்திகோங்க.

உங்கள் பிள்ளைகளுக்கு கற்றுகொடுங்க.வேற வார்த்தையால சொல்ற உங்க நண்பர்,அண்ணன்,தங்கை,அப்பா,அம்மான்னு யாரா இருந்தாலும் சொல்லி குடுங்க.ஒரு டம்ளர் ல ஒரு துளி நீர நிரப்பி என்ன பிரயோஜனம்?நாம மாறிட்டா எல்லாம் மாறிருமான்னு நெனைக்காதிங்க.பல துளி நீர் தம்ளர நெரப்புற மாதிரி பல தம்ளர்கள் வாளியையும், வாளி கிணறையும், பல கிணறுகள் குளங்களையும்...அப்டியே கடல் வரை நிரப்பிரலாம்.அவ்ளோ சாதரணமான விஷயங்கள் தான் இதெல்லாம்.

சரி..ஒருவேளை இத ஒரு எல்.ஜி.பி.டி.க்யூ ஐ சார்ந்தவங்க படிச்சுகிட்டு இருக்கிங்கனு வைங்க,உங்களுக்கு என்ன தோணுது?இந்த சமூகம் எந்த அளவுக்கு மாறி இருக்குது?உங்களுக்கு இன்னும் சில மக்கள் மேல வெறுப்பு உண்டாகுதா?மற்றவர்கள் உங்ககிட்டையும் நீங்க மத்தவங்க கிட்டயும் சரி வர தான் நடந்துகுறீர்களா?

ஒரு வேளை, இன்னும் பெருசா எதுவும் மாறல!மக்களும் சரி இல்ல,எங்க சமூகத்த சார்ந்தவங்களும் சில பேர் சரி இல்லாத விசயங்கள பண்றாங்கன்னு உங்களுக்கு தோணுதா?

அதுக்காக,அத மாத்துறதுக்காக உங்களால என்ன முயற்சி எடுக்க முடியும் னு நீங்க நினைக்கிறீங்க?பதில உங்க கைலையே விட்றேன். சில மணிநேரம் யோசிங்க,நாட்கள் யோசிங்க,மாதம் யோசிங்க,வருடங்கள் கூட எடுத்துக்கோங்க..ஒரு சரியான தீர்வு கிடைக்கும்.ஒரு துளியா செயல்படணும்னா செயல்படுங்க.இல்லைனா ஆட்கள் சேத்துகிட்டு ஒரு பெருங்கடலா உங்களோட நன்மைக்காக நீங்க போராடுங்க.

ஆண்,பெண்,திருநங்கை எல்.ஜி.பி.டி.க்யு. னு பிரிவு இல்லாம எல்லாரும் ஒருமித்தமா ஒருத்தர் உரிமைக்காக போராடுங்க.

இந்த பூமி எவ்வளவு அழகா, இது வேணும் இது வேண்டாம், இந்த இந்த விஷயங்கள் ஒதுக்கப்பட்டதுனு இல்லாம கல்,மண்,மரம்,செடி,மனிதன்,பக்டீரியா,பூஞ் சை னு எல்லாத்தையும் தனக்குள்ள தக்க வச்சுக்குது.அப்போ நாமளும் அவ்ளோ பெருந்தன்மைய நமக்குள்ள சேத்துக்குறது அவசியம் தான்.ஒரு திருநங்கைக்குன்னு தனி பள்ளிக்கூடம்,கல்லூரி அமையப்படணும்னு நான் நினைக்கல.ஒரு பள்ளிகூடத்துல,கல்லூரில அல்லது அலுவல்ல வேறுபாடில்லாம எல்லாரும் படிக்கிற,வேலை

பாக்குற,கத்துக்குற குறிப்பா வாழுற இடமா மாறணும்னு நினைக்கிறேன்.இன்னும் ஐம்பது வருசத்துல மாறிரும்னு எதிர்பாக்கல.அடுத்த வர்சமே அதிகம்னு தான் நெனைக்குறேன்.

சில சமயங்கள்ல நானும் என் நண்பன் சுடலையும் கவனிப்போம்.எங்களுக்குள்ள கேள்விகளும் எழுந்திருக்கு.ரோட்ல போய்கிட்டு இருக்கும்போது ஓய்ன் ஷாப் வாசல்ல ஒரு திருநங்கை தினமும் அங்க குடிக்க வரவங்ககிட்ட காசு கேட்டுட்டு இருப்பாங்க.சில சமயம் வண்டில போறவங்க காச காமிச்சு அவங்கள வண்டில ஏத்திகிட்டு போவாங்க.இதெல்லாம் பாக்கும்போது விடை தெரியாத கேள்விகள் தான் மிஞ்சுது.கண்டிப்பா இந்த ஒலகம் செயல்பட பணம் அவசியம் தான்.பணம் இல்லாதவனுக்கு அது ரொம்பவே ஒரைக்கும் தான்.புடிச்சத வாங்கி சாப்ட முடியதப்போ,மத்தவங்க கூட நம்மள ஒப்பீடு பண்ணி பாக்கும் போது,நம்ம தேவைகள நிறைவேத்திக்க முடியதப்போ நம்ம பண தேவைக்கு ஆளாகி இருக்கிறது சரி தான்.ஆனா எதோ ஒரு வழி நமக்கான தேவைகள பூர்த்தி பண்றதுக்காக மூடி இருக்குது.அந்த வாயில திறக்க நாமளும் ஏதாவது ஒரு முயற்சி எடுத்து ஆகுறது முக்கியம் னு நெனைக்கிறேன்.எதோ ஒரு மூலைல, ஒரு திருநங்கை பெரிய பதவிய அடைஞ்சுட்டாங்க,சொந்தமா ஒரு ஹோட்டல் ஆரம்பிச்சுருக்காங்க,படிச்ச மாநிலம்,மாவட்டத்துக்கு பெருமை சேத்துருக்காங்க,நடிகர்/நடிகை ஆகிருக்காங்க ங்கற செய்திய படிப்பேன்னு நம்பிக்கை இருக்குது.

சரி கதைக்கு வருவோம்.கதைக்கு சம்மந்தம்
சம்மந்தம் இல்லாத விசயங்கள
வாழ்க்கையோட சம்மந்தப்படுத்தி பேசி
கடைசீல கதையோட முடிவுப் பகுதிய நெருங்கி
வந்துட்டோம்.

லாஸூம் இருளும் ரயில விட்டு இறங்கி
இருளோட ஊருக்கு வந்து சேருறாங்க.ஊர்
மக்கள்லாம் ரெண்டு போரையும் ஆச்சர்யமா
பாக்குறாங்க.தங்களுக்குள்ளே எதோ
பேசிக்குறாங்க அதும் தன்ன பத்தி தான்
பேசிக்கிறாங்க னு லாஸ்க்கு புரியுது.ஒரு சிலர்
இருள் கிட்ட வந்து 'ஆமா யார் இது இருளு
பாக்க நம்ம ஊராட்டும் இல்லையே'னு கேக்க
இருள் தன்னோட வெளிநாட்டு நண்பினு
சொல்லி சமாளிச்சுக்குறான்.இன்னும் ரெண்டு
நாள் இங்க தான் இருப்பாங்கனு
சொல்றான்.இருளோட ஊர்ல இருக்குற
எல்லாருமே லாஸ் அ ரொம்ப அழகான
மரியாதையோட நடத்தி அன்பா
இருக்குறாங்க.அவங்க பேசற பாஷை
புரியலைனாலும் அவங்க நடந்துகுற
விதத்துனால லாஸ் க்கு தமிழர் மேலயும்
இந்தியா மேலயும் ரொம்ப மரியாதை வந்திச்சு.

புதுசா யாராம் வந்துட்டா போதும் ஒடனே
மொச்சுற வேண்டியதுன்னு சுடலை
இருளையும் லாசையும் வீட்டுக்கு கூட்டிகிட்டு
போறான்.சுடலையோட அம்மா அவங்களுக்கு
சமைச்சு வச்சுட்டு காத்திருக்காங்க.வீட்டுக்கு
அவங்க வரத பாத்ததும் அவங்களுக்கு ஆரத்தி
எடுக்குறாங்க.லாஸ், இது என்ன எதுக்குன்னு
கேக்க,சுடலை "திஸ் இஸ் கால்ட் ஆரத்தி..இட்

வில் ரிலீப் பேட் ஐஸ் வைப்ரேஷன்"னு சொல்ல எல்லாரும் சிரிச்சுடாங்க.

சொடலையோட அம்மா லாஸ் கிட்ட நீ தான் நம்ம இருள கல்யாணம் பண்ணிக்க போரியாம்மா னு கேக்க,லாஸ் திரு திருன்னு முழிக்கிறா.இருளும் சொடலையும் "அம்மா அப்டிலாம் இல்லம்மா இன்னும் அவகிட்ட ஐ லவ் யூ வே சொல்லலம்மா.வாய வச்சுக்கிட்டு சும்மா இருங்கம்மா"னு சொல்றாங்க.லாஸ் இருள்கிட்ட வந்து 'வாட் இஸ் கல்யாணாம்' னு கேக்குறா.பதிலுக்கு இருள் கல்யாணம் மீன்ஸ் நீ ரொம்ப அழகா இருக்கணு அர்த்தம்னு சொல்லி சமாளிக்குறான்.

லாஸ் க்கு சொடலை அம்மா சமைச்ச மீன்,துவையல் எல்லாமே ரொம்பவே புடிச்சுருந்துது.வாட் இஸ் திஸ் கால்?.. யா! ரசாம் இட்ஸ் லைக் சூப்.இட்ஸ் டிலீசியஸ் னு சொல்ல..அதுக்கான அர்த்தத்த அம்மாக்கு இருள் புரிய வைக்க அமமாக்கு முகமெல்லாம் பூரிப்பு.

இருள் லாஸ் க்கு அவன் ஊர புல்லா சுத்தி காமிச்சான்.நீச்சல் குளத்துல மட்டுமே குளிச்ச லாஸ்க்கு அவங்க ஊர் குளத்துல குளிக்க அவ்ளோ சந்தோசமா இருந்திச்சு.சுடலையும் இருளும் ஒரு ஜான் கல்யாணத்துக்கு கூட கூட்டிகிட்டு போனாங்க.குறிப்பா பொரோட்டா,சால்னா ரொம்ப ரொம்ப புடிச்சு போயிரிச்சு.இன்னும் ரெண்டு நாள் ல லாஸ் ஊருக்கு கெளம்பிருவா.திரும்ப அவளப் பாக்க முடியுமானு தெரியல.தூரம் அவ்ளோ கெடக்கு.எப்டியாவது அவ போற முன்னாடி

அவன் காதல அவகிட்ட வெளிபடுத்தணும்னு அவனுக்குள்ளயும் ஆசை இருந்திச்சு.

இருள் ஊர் கோயில் ல அன்னைக்கு ராத்திரி பூஜை பண்ண போறாங்க.அதுக்கு எல்லாரும் போயிருக்காங்க.லாஸ் கு இந்திய கோயில் அப்புறம் பூஜைகள் பத்தி பாக்கனும்னு தெரிஞ்சுக்கணும்னு ஒரு ஆசை இருந்திச்சு.அப்போ அப்போ கோயில் ல நடக்குற விஷயங்கள் பத்தி ஆங்கிலத்துல இருள் கிட்ட கேட்டு தெரிஞ்சுகிட்டா.அப்போ அங்க இருந்த பூசாரியால சரியா நடத்தப்படாத ஒரு அம்மாவையும் குழந்தையையும் பாத்தா.அவங்க என்ன பேசிக்கிறாங்கன்னு புரியலைனாலும் அவங்களுக்கு சரியான மரியாதை கெடைக்கலன்னு லாஸ் க்கு நல்லாவே புரியிது.ஓடனே அந்த எடத்துக்கு போறா.லாஸ் முகம் சரி இல்லைன்னு புரிஞ்ச இருள் என்னனு தெரியாம அவ பின்னாடியே லாஸ் லாஸ் னு கூப்டுகிட்டு போறான். பூசாரிகிட்ட போய் ஏன் அவங்களுக்கு சரியான மரியாதையை குடுக்க மாட்டேங்குறீங்க?அதும் இல்லாம அவங்கள ஏன் கையால தொடாம துணிய ஆட்டி வெரட்டி விட்றீங்க? னு கேக்குறா.பூசாரி கோபமான முகத்தோட இருள பாத்து 'தம்பி வெளிநாட்டு பாப்பா என்ன சொல்லுது?' னு கேக்க, இருள் மொழிபெயர்த்து சொல்றான்.அதுக்கு பூசாரி 'அந்த ஜாதிய சார்ந்தவங்கள இப்போ சாமி கும்பிட வர கூடாதுன்னு வெரட்டுனா கொஞ்சம் பால் குடுங்க சாமி! பிள்ளேளுக்கு னு கேட்டு போவாம அடம்பிடிச்சு நிக்கிதுங்க!வெளிநாட்டு பிள்ளைக்கு

அதெல்லாம் புரியாது.உனக்கு தெரியுமல்ல தம்பி!மொதல்ல அந்த பிள்ளையவே உள்ள ஏத்திருக்க கூடாது!என்ன ஆளுன்னு தெரியலைன்னு சொல்ல இருள்க்கு கோவம் வந்திரிச்சு.சை கருமம் பிடிச்சவங்க..எல்லா எடத்துலயும் வேற்றுமை பாக்குறாங்கன்னு கோயில விட்டு போக நெனச்சான்.லாஸ் கிட்ட இங்க இருக்க வேணாம் லாஸ் னு கைய பிடிச்சு கூட்டிகிட்டு போறான்.அந்தாளு என்ன சொன்னாருன்னு லாஸ் கேக்க,அத எப்டி லாஸ்க்கு சொல்லி புரிய வைக்கணும்னு தெரியாம முகம் சோகமாகிரிச்சு.இருந்தாலும் தன்னால முடிஞ்ச அளவுக்கு புரிய வைக்குறான்.பதிலுக்கு லாஸும் அவங்க ஊர்ல இருக்குற புல்லிஇங் பத்தியும் அமெரிக்காவுல நடக்குற நிறவேற்றுமை பிரச்சனைகளையும் மேலை நாடுகள் ல ஒரு காலத்துல எல்.ஜி.பி.டி.க்யு. க்கு எதிரான சட்டங்கள் இருந்ததையும் எடுத்து சொல்றா.

இப்போ எனக்கு ஒரு சந்தேகம்!உங்களுக்கு நேரம் இருந்தா யோசிச்சு பதில் சொல்லுங்க.யோசிச்சுட்டு அப்டியே கடந்து போனாலும் கூட பரவா இல்ல.எந்த கால கட்டத்துல இருந்து மனுசனுக்குள்ள இந்த பிரிவினை வந்துருக்கும்?மனிஷன் முதன்முதலா உருவானப்போ ஆண்,பெண் வித்யாசத்துனால பிரிஞ்சுருப்பானா?அப்புறம் விலங்குகள் கிட்ட இருக்குற மாறுபாடுனால அதுங்கள ஒதுக்கி,இல்லைனா வெறும் பயன்பாட்டுக்கு மட்டும் வச்சுக்குற மாதிரி பிரிவினை உண்டாக்கிருப்பானா?அப்புறம் புது மொழி னு ஒன்ன உருவாக்கி பக்கத்துக்குல

இருக்குறவனுக்கு புரியகூடாதுன்னு
பிரிவினைய தொடங்குனானா?ரெண்டு
கிராமங்களுக்கு இடைல வேற வேற ஊர்னு
பிரிவினை முளைச்சுதா?ரெண்டு கிராமங்கள்
ஒன்னு சேந்து நகரம்னா வேற னு பிரிவினை
ஆரம்பிச்சுதா? ஜாதிகள் கண்டுபிடிக்கப்பட்டு
இவன் வேற அவன் வேற ஆளுகன்னு
பிரிவினை உண்டாச்சா?ஒரே ஜாதிக்காரன்
மதம் வேற வேற னு நீங்க வேற மதம்,நாங்க
வேற மதம் னு பிரிவினை உண்டாச்சா?சரி
எம்மதமும் சம்மதம் எங்க நாடு இந்தியா உங்க
நாடு பாகிஸ்தான் நாங்க வேற நீங்க வேற னு
பிரிவினை வந்திச்சா?ஒருவேளை ஒரு
கற்பனைல இன்னொரு பூமி இருக்குதுன்னு
வைப்போம் அங்கயும் மனிதர்கள்
இருக்காங்கனு வைப்போம்.அப்போ நம்ம
கேடுகெட்ட மூளை என்ன
பண்ணிருக்கும்?ரெண்டு பூமிகளுக்கும் இடைல
ஒரு பாலம் அமைச்சு போட்டிகள உண்டாக்கி
பரிசுகள குடுத்து வன்மத்த வளத்து எந்த பூமி
சிறந்ததுன்னு மனிஷன் அடிச்சுட்டு
இருந்துருப்பான்.அப்போ ஜாதி,மதம்,நாடு,நிறம்
னு பிரிவினை குறையும் னு நீங்க
நெனைச்சா,நல்லா யோசிச்சு பாருங்க!ரெண்டு
கிரகங்களுக்கு இடைல பிரிவினை இருந்தா
அது இல்லாத விடவும் பெருசு.கூடிய சீக்கிரம்
அதையும் எலோன் மஸ்க் சந்ததியினர் நடத்தி
காட்டிருவாங்க.நல்ல வேளை ரெண்டு
பிரபஞ்சங்களுக்கு இடைல பிரிவினை வர
அளவுக்கு நம்ம ஆயுள்காலம்
இல்ல.ஆதிக்காலம் தொட்டே பல
மாற்றங்கள்,டெக்னாலஜி மாற்றம்

நடந்திருந்தாலும் பிரிவினை அப்டிங்குறது பாலின மாறுபாட்டாலையும் நிறத்தாலும் ஜாதியாலையும் இனத்தாலும் மதத்தாலும் நாட்டாலையும் வளந்துகிட்டுத் தான் போயிருக்கு.

ஒருதடவ கிரிக்கெட்ல இந்தியாவ பாகிஸ்தான் தோக்கடிச்சு கப் வாங்குனதுக்கு என்னோட நண்பன் ரொம்ப கோவபட்டான்.ஆனா எனக்கு அது எந்த வித சோக உணர்வுகளையும் தரல.ஒரு தோல்வி இருந்தா தான் ஒரு வெற்றி இருக்கும்.ரெண்டுமே கிட்ட தட்ட ஒன்னு தான்!ரெண்டும் நிரந்தரம் இல்லாம மாறி மாறி வர சாதாரண விஷயம் தான?இதுல எதுக்கு ஒரு நாட்டோட மானம் போகுதுன்னு எண்ணம் மனுசனுக்குள்ள வந்திச்சு?ஜெயிச்சுருந்தா நம்ம எவ்ளோ சந்தோசப்படுவோமோ அதே அளவுக்கு சந்தோஷத்தத் தான அந்த நாட்டுமக்களும் பெறுவாங்க.அப்புறம் ஏன்?ஒரு வேளை நம்ம உடம்புல இருக்குற உறுப்புகள் ,செல்கள்,நியூரான்கள் லாம் தனக்குள்ள போட்டி போட்டு,சண்ட போட்டு போராட்டம் நடத்தி ஒன்ன ஒன்னு அழிச்சுகிட்டா ஒரு நொடி என்ன நடக்கும்னு நெனச்சு பாருங்க!கடந்து போகணும்னு நெனச்சா கடந்து போயிருங்க!

ஊரே திருவிழால இருக்க இருளும் லாஸும் வீட்டுக்கு போறாங்க.இருள் தன்னோட கட்டிலுக்கு கீழ இருந்து ஒரு அட்டபெட்டிய எடுத்து லாஸ் க்கு திறந்து காமிக்குறான்.அதுல அவனோட சின்ன வயசு விளையாட்டுப் பொருட்கள் லாம் இருக்கு.திருவிழால அத ஒன்னு ஒண்ணா அவங்க அப்பா அம்மாகிட்ட

அடம்பிடிச்சு வாங்குன நியாபகத்த
கண்ணீரோட பகிர்ந்துகிட்டான்.தனக்கு யாரும்
இல்லைன்னு நினைக்க வேண்டாம்னு லாஸ்
சொல்றா.லாஸ் க்கு இருள் மேல கொஞ்சம்
காதல் துளிர் விட்றாப்புல தெரியிது.ஆனாலும்
அவ அத கடந்து போகணும்னு தான்
நெனைக்கிறாளே தவிர வளக்க விரும்பல.

லாஸ் பசிக்கிதுன்னு சொல்ல,இருள் அவள
சொடலயோட வீட்டுக்கு கூட்டிகிட்டு
போறான்.வீட்டு வாசல் ல சொடலயோட ஷு
குள்ள கைய விட்டா அதுல வீட்டு சாவி
இருக்குது.கதவ தெறந்து ரெண்டு பேரும் உள்ள
போறாங்க.சமையல் கட்டுல கரப்பான்பூச்சிய
தவற ஒண்ணுமே இல்ல.சொடலைக்கு போன்
பண்ணி கேக்கலாம்னா போன் இருள் வீட்டுல
இருக்கு.அங்க இங்க தேடிப் பாக்குறாங்க.ஒரு
மேகி பாக்கெட் இருக்குது.இருள் உடனே
அடுப்ப பத்த வச்சு தயார் செய்றான்.'ஹே
லாஸ் உனக்கு ஒன்னு தெரியுமா?இந்த மேகி
செய்ய எவ்ளோ நேரம் ஆகும்? னு கேக்க லாஸ்
'ரெண்டு நிமிஷம்' னு சொல்றா.பதிலுக்கு இருள்
நான் இந்த கேள்விய கேக்கும்போதே நாலு
நிமிஷம் ஆகிரிசுன்னு சொல்ல,லாஸ்
பயங்கரமா சிரிச்சுட்டா!இருள் அவளுக்குப்
பரிமாற,ஸ்பூன் இல்லாம கையால சாப்பிட
லாஸ் தயங்குறா.இருள் அவளுக்கு ஊட்டி
விட்றான்.இதுக்கு உன் கையாலேயே
சாபிட்டுருக்கலாம்னு இருள் கேக்க,புன்னகைய
மட்டுமே பதிலா கொடுத்தா லாஸ்.சாப்பிட்டு
முடிச்ச ஓடனே இருள் லாஸ் ஓட கண்ண மூட
சொன்னான்.கண்கள மூடி கண்கள திறந்து
பாத்தவளுக்கு ஆச்சரியம்.இருள் கைல

லாசுக்கு பிடிச்ச பூக்கள் இருந்திச்சு.அத இருள்
கைல இருந்து வாங்கி நுகர்ந்து பாக்குறா
லாஸ்.பெண்கள் கூந்தல் தான் இந்த
உலகத்துலேயே வாசனையானது னு
நெனசுகிட்டு இருந்த இருளுக்கும் அந்த மணம்
அத விட விலிமையானதுன்னு காற்றுல கலந்து
வீசுறப்போ தெரிஞ்சுது.அப்புறம்
இன்னொனுன்னு முன்னாடி ஒருக்க லாஸ்
கேட்ட மாதிரியே தன்னோட கையால
வரைஞ்ச ஓவியத்த அவ கைல குடுத்தான்.

அதிகாலை சூரியன பாத்த மாதிரி கைகள
கோர்த்து கடற்கரைல நிக்கிற அந்த ஜோடிகள
அந்த ஓவியத்துல பாத்ததும்,லாஸ் இருள கட்டி
அணைச்சுகிட்டா.அந்த அறை முழுக்க
பூக்களோட மணம்.இரண்டு பேருக்கும் நடுவுல
இடைவெளியே இல்ல.அங்க காதலும்
இல்ல.வெறும் காமம் மட்டுமே
இருந்திச்சு.இரண்டு பேருக்குள்ளேயும்
அன்னைக்கு கலவி நடந்திச்சு.எல்லாம்
முடியவும் லாஸ் இருளோட நெத்தியில முத்தம்
வைக்குறா.இருள் இந்த சந்தர்ப்பத்த
பயன்படுத்தி லாஸ் க்கு ப்ரொபோஸ்
பண்றான்.லாஸ் அந்த ப்ரொப்போசல
ஏத்துக்கல.அங்க இருந்து இருளோட வீட்டுக்கு
போய்ட்டா.இருள் சோகத்துல சொடல வீட்டு
முன்னாடி தலை குனிஞ்சு உக்காந்துருந்தான்.

இங்கு தவறான கண்ணோட்டத்தில்
பார்ப்பதற்கு எதுவுமில்லை.காதலில் எப்படி
காமம் இருக்கலாம் இல்லாமல் போகலாம்
என்பது மாதிரி தான்.காமத்திலும் காதல்
இருக்க வேண்டும் என்று

அவசியமில்லை.காமத்தில் காதல்
இருக்கலாம்.இல்லாமலும்
போகலாம்.குழப்பிக்கொள்ள தேவை இல்லை
என்றே நான் நினைக்கிறேன்.நம் நாட்டில்
காதல் ,காமம் ,முத்தம் என்பதெல்லாம் பிரித்து
பார்க்கப்படுவது இல்லை.வெளிநாட்டில் காதல்
வேறு,காமம் வேறு,முத்தங்கள் வேறு.தன் உடல்
தேவையை தன்னுடைய இணையுடன் தான்
போக்கிக்கொள்ள வேண்டும் என்ற கட்டளை
அங்கில்லை.அதில் தவறும் இல்ல.

அந்த நேரம் சொடல காதுல போன் அ
வச்சுகிட்டே வேகமா இருள் கிட்ட வந்து,'ஏலேய்
மடப்பயலே எங்க போன?அந்த பிள்ளைய வேற
காணும்!கோயில்ல எதோ பஞ்சாயத்தாம்
என்ன ஆச்சு?ஏன் போன் அ
எடுக்கல?சொல்லுல' னு கேக்க,

இருள்,'எனக்கும் அந்த பிள்ளைக்கும் மேட்டர்
ஆகிட்டு மாப்ள'னு சொல்ல,சொடல மயக்கம்
அடிச்சு விழுந்துட்டான்.என்னல சொல்ற எங்க
வச்சு னு சொடல கேக்க,'உன் கட்டில் ல வச்சு
தான் மாப்ள னு சொல்ல,ஓராயிரம் இடி ஒரே
நொடில சொடல மார்புல பாஞ்சுடிச்சு.என்ன
கருமமோ..ஆக உன் லவ் சக்செஸ்
ஆகிரிச்சு..கைய குடு மாப்ள..ஆமா இப்போ
அந்த பிள்ள எங்க?பாரின்காரிய இருந்தாலும்
வெக்கப்பட்டு உள்ளேயே இருக்கா போலுக்கே
னு சொடல சொல்ல,அதெல்லாம் இல்ல மாப்ள
அவ காதலலாம் ஏத்துக்கல!ஒரு வாட்டி கூட
லிப்கிஸ் பண்ணல..ப்ரொபோஸ் கூட
பண்ணேன் கோவப்பட்டு எந்திரிச்சு எங்க
வீட்டுக்கு போய்ட்டா.நம்மூர்ஜு இல்லைடா எந்த

ஊர்பொண்ணுங்களா இருந்தாலும்
புரிஞ்சுக்கவே முடில.ஆசைக்கு கொஞ்சுறதுக்கு
நம்ம என்ன பூனையா?சை!அவளுக்கும் என்ன
பிடிச்சுருக்கு டா..அவ காதல இப்டி
காட்டிட்டா...ஏன் கூட சேந்து வாழவும்
அவளுக்கு விருப்பம் இல்ல.சொல்லப்போனா
கொழப்பத்துல இருக்கா.அல்ரெடி அவளுக்கு
அவங்க நாட்டுல பாய் பிரெண்ட் வேற
இருக்குது.எதோ ஒரு ஹீட் ஆப் த மொமென்ட் ல
எல்லாம் நடந்திரிச்சு.சரி காத்தால நேரத்தே
ஏந்திக்கணும்.லாஸ் வேற ஊருக்கு
போணும்ல!பேக் லாம் பண்ணனும்..டேய்
சொடல நான் இன்னைக்கு இங்கயே
படுத்துக்குறேன்.உங்க அம்மாவ கூப்டு லாஸ்
ஓட இருக்க சொல்றியானு கேக்க,பதிலுக்கு
சொடல `ரொம்ப வளந்துட்ட..முன்னாடி நான்
பாத்த இருள் இல்ல இது..எப்டி எதுமே நடக்காத
மாதிரி..' னு கேக்க

பழகிரிச்சு மச்சான் னு இருள் சொல்றான்.சரி
ஊர்ல தான் யாருமே இல்லையே
பக்கத்தூருக்கு போய் ஒரு தம் அ போட்டு
வருவோமா னு சொடல கேக்க,எனக்கு ப்ளாக்
னு இருள் சொல்ல,நம்ம எப்போவும் லைட்ஸ்
தாம்பா னு நடந்து போறாங்க.

அடுத்த நாள் காலைலயும் வருது.எல்லாரும்
லாஸ் ஓட பொருட்கள பேக்
பண்றாங்க.இருளும் லாஸ்ஸும் ஒருத்தர ஒருத்தர்
பாத்துக்கவே இல்ல.லாஸ் ஓட அப்பா
ஏர்போர்ட்க்கு வரதா
சொல்றாங்க.சொடலையோட அம்மா லாஸ்
க்கு சில ஊறுகாய்கள

குடுக்குறாங்க.அப்பளமும்
குடுக்குறாங்க.சந்தோசமா லாஸ்
ஏத்துகிட்டா.லாஸ் சொடலைகிட்ட வந்து ஒரு
கிப்ட் குடுக்குறா.உள்ள ஒரு செல்போன்
இருக்குது.இருள் தொலைச்ச அதே மாடல்
போன்.சொடல நன்றி சொல்றான்.திரும்ப
எப்போ ஊருக்கு வருவிங்கன்னு னு சொடல
கேக்க,உங்க எல்லாரையும் ரொம்ப மிஸ்
பண்ணுவேன்னு லாஸ் கண்கலங்கி
சொல்றா.திருவனந்தபுரம் விமானநிலையம்
போக வண்டியும் வருது.லாஸும் இருளும்
டாக்ஸி ல ஏறுறாங்க.எல்லாரும் அவங்கள வழி
அனுப்பி வைக்கிறாங்க.`இருளு! அவள பாத்து
பத்தரமா அனுப்பி விட்டுட்டு வா.முடிஞ்சா
அவளோட நீயும் போயிரு' னு சொடல அம்மா
சொல்றாங்க.வண்டியும் புறப்படுது.கொஞ்ச
தூரம் பாய் சொல்லிகிட்டே ஓடி வந்த
சொடல,`லாஸு இருளுக்கு உன்ன ரொம்ப
பிடிக்கும்,ரொம்ப காதலிக்கிறான்.அப்புறம்
அந்த பூசாரி இல்ல பூசாரி அந்தாளு மண்டைய
நேத்தே நாங்க ஒடச்சுட்டோம்..பாத்து பத்தரமா
போய்ட்டு வா...னு கத்திகிட்டே வாரான்.வண்டி
ஊர விட்டு கௌம்புது.பாதி தூரம் வர ரெண்டு
பேருமே பேசிக்கல.லாஸ் அப்புறம் பேச
ஆரம்பிக்குறா.எல்லாத்துக்கும் நன்றி
சொல்றா.இருள் எதையுமே காதுல
வாங்கிக்கல.ஜன்னலுக்கு வெளியவே
பாத்துட்டு வந்தான்.விமான நிலையம்
வந்திச்சு.லாஸ் அவளோட அப்பாவப் பாத்ததும்
ஓடி போய் கட்டி அணைச்சுக்கிட்டா.ரொம்ப
மிஸ் பண்ணதா சொன்னா.இருளப் பாத்த
அவங்க அப்பா அவன அணைச்சுக்கிட்டு நன்றி

சொன்னார்.தனக்கு அப்புறம் அவ ரொம்ப
விரும்புன ஒரு ஆள் நீ தான்னு லாஸ் அப்பா
இருள் கிட்ட சொல்றாரு.இருள் அவருக்கு நன்றி
தெரிவிச்சான்.லாஸும் அப்பாவும்
கௌம்புறாங்க.கடைசியா லாஸ் கிட்ட ஒரு
வார்த்தை பேசி ஆவணும்னு இருள்
நெனைச்சான்.

லாஸ் னு இருள் கூப்ட்டான்.லாஸ் இருள்
பக்கத்துல வந்து சொல்லு இருல்!சாரி இருள்..
சொல்லு இருள் னு சொல்றா.பத்தரமா
போய்ட்டு வா லாஸ்!உன்ன ரொம்ப மிஸ்
பண்ணுவேன் னு சொல்றான்.நான் குடுத்த
கிப்ட் அ எடுத்துகிட்டயா?அத எப்போவும் உன்
கூடயே ஏன் நியாபகமா வச்சுருக்கணும்
சரியா?நீ இனி இந்தியா வர மாட்டேனு எனக்கு
தெரியும்.உன்ன ரொம்ப மிஸ் பண்ணுவேன்னு
இருள் கண்கலங்கி சொல்றான்.லாஸ் அவன
அணைச்சுக்கிட்டு போறேன் னு
சொல்ல..போறவகிட்ட லாஸ் ஆமா எனக்கு
ஏதும் கிப்ட் இல்லையான்னு கேக்க,லாஸ்
திரும்ப வந்து இருள் கன்னங்கள தொட்டு
அவனோட உதடுகள் ல முதல் முறையா
முத்தமிடுறா.கடைசியா அந்த அழகான
தருணம் வந்திச்சு.ரெண்டு பேரும் நீண்டதொரு
முத்தத்தப் பகிர்ந்துகிட்டாங்க.இருள்க்கு
கடைசியா அவன் காதல் கைகூடுன ஒரு
எண்ணம் வந்திச்சு.உள்ளுக்குள்ள ஏதேதோ
பண்ணிச்சு.பதற்றமா இருந்திச்சு.அடி
வைவுல்லாம் ஏதேதோ பிசையிர மாதிரி
ஆகிச்சு.இனி தன்னோட வாழ்க்கைல எதுவுமே
வேண்டாம்னு தோணிச்சு.பல பாடல்கள்
மனசுக்குள்ள ஓடிச்சு.ஒரு முத்த நேரத்துல எப்டி

இவ்ளோலாம் நடக்கும்னு நெனைக்கிறீங்களா? பூமில ஒரு நிமிடம் ங்கறது இன்னொரு கிரகத்துல பல மணிநேரம் னு ஆகுறதில்லையா அந்த மாதிரி தான்.

லாஸ் இருள் கிட்ட கேக்குறா! உண்மையாவே என்ன அவ்ளோ விரும்புறியா னு. பதிலுக்கு இருள் `அவ்ளோ கஷ்டப்பட்டு மும்பை வர வந்தனே காதல் இல்லாமையா? னு கேக்க லாஸ் `அப்போ என்ன தேடி எங்க நாட்டுக்கு வா! என்ன கண்டுபிடி! என்ன கல்யாணம் பண்ணிக்கிறியானு அங்க வந்து கேளு! என் பதில சொல்றேன்னு சொல்றா. இருள் உடனே `இப்போவே உன்னோட பதில் எனக்கு தெரிஞ்சிரிச்சு. இருந்தாலும் வருவேன். கண்டிப்பா வருவேன். ஒரு வர்சத்துலையோ இல்ல அஞ்சு வர்சத்துலையோ கண்டிப்பா வருவேன். உன்கிட்ட ஏன் காதலுக்கும் நம்ம கல்யாணத்துக்கும் சம்மதம் கேப்பேன். எனக்காக காத்திரு னு சொல்லிட்டே கண்ணீரோட புன்னகைக்கிறான். தன் மேல வீசுற தென்றல ரசிக்கிறான். லாஸ் ஓட அப்பா இருள்க்கு ஆல் த பெஸ்ட் சொல்லிட்டு லாஸ கூட்டிகிட்டு கெளம்புறாரு. எல்லாரும் வேடிக்கையா பாக்குற மாதிரி இருள் நடனம் ஆடிகிட்டே தன்னோட ஊருக்கு கெளம்புறான். எனக்கு தெரிஞ்சு ஒருவருசத்துல இல்ல.. ஒரு மாசத்துலயே லாஸ் ஓட ஊருக்கு போயிருவான்னு நெனைக்கிறேன். அப்படிப்பட்ட அழகான ஒரு முடிவு அது.

ஷோடிங்கர் பெட்டியை திறந்து பார்க்கிறார்.கருமை நிறமான அந்த அழகான பூனை துள்ளி குதித்து வெளியில் ஓடுகிறது.ஒருவேளை இறந்திருந்தால்?

ஆமாம் முதலில் யார் இந்த ஷோடிங்கர்?என்ன பெட்டி?என்ன பூனை?ஒன்றும் புரியவில்லையா?விளக்குகிறேன்! ஷோடிங்கர் என்பவர் க்வான்டம் இயற்பியல் ஆராய்ச்சியாளர்.க்வான்டம் இயற்பியலில் கற்பனை சோதனைகள் பல செய்து அதன் வேறொரு பரிமாணம் கண்டவர். ஒரே நேரத்தில் ஒரு அணுவானது ஒரு வேவ் ஆகவும் அதே சமயம் பார்டிகில் ஆகவும் இருக்கிறது.இதைப் பற்றிய ஆராய்ச்சியில் ஈடுபடும் ஷோடிங்கர் ஒரு கற்பனையான பூனை ஆய்வை மேற்கொள்கிறார்.அதாவது ஒரு பெட்டிக்குள் விஷவாயு கொண்ட குடுவையையும் ஒரு பூனையையும் வைக்கிறார்.குடுவைக்கு அருகில் அதை உடைக்கும் வகையில் ஒரு சிறிய ட்ரிகரும் உள்ளது.எந்த நேரம் வேண்டுமானாலும் அந்த ட்ரிகர் செயல்பட்டு விஷ குடுவை வெடித்து விஷவாயு கசிவினால் பூனை இறந்து விடலாம்.இங்கு அந்த ட்ரிகர் செயல்படவும் செய்யலாம்.செயல்படாமல் குடுவை உடையாமல் பூனை உயிருடனும் இருக்கலாம்.அதாவது பாதிக்கு பாதி வாய்ப்பு.இப்போது நீங்கள் உங்களை ஷோடிங்கராக நினைத்துக் கொள்ளுங்கள்.சும்மா ஒரு கற்பனை தான்.பெட்டிக்குள் பூனையை வைத்து விட்டுப் பெட்டியை மூடி விடுகிறீர்கள்.ஒரு மணி நேரம் கழித்து வந்து பார்க்கிறீர்கள்.பெட்டியை

திறக்காமல் உங்களால் பூனை இறந்திருக்குமா அல்லது உயிருடன் இருக்குமா என்று கூற இயலுமா?அதெப்படி பெட்டியை திறந்து பார்க்காமல் கூற முடியும் என்கிறீர்கள்.கூறியே ஆக வேண்டும் என்றால் என்ன சொல்வீர்கள்?பூனை இறந்திருக்கலாம் இறக்காமல் உயிருடனும் இருக்கலாம் என்பீர்கள்.ஆக பூனை இரண்டுமாகவும் இருக்கிறது.ஒரே சமயத்தில் உயிருடனும் இறந்தும் காணப்படுகிறது.இது தான் ஷோடிங்கரின் பூனை ஆய்வு.சரி!இதற்கும் கதைக்கும் என்ன சம்மந்தம்?சொல்லப்போனால் நமது கதையின் முதல் வரியே இது தான்.முதல் பக்கத்தை எடுத்து பார்த்து நேரம் களையாதீர்கள் என்றெல்லாம் கூற மாட்டேன். ஷோடிங்கர் பெட்டியை திறந்ததும் பூனை உயிருடன் துள்ளி குதித்து சென்றதை ரசித்திருப்பீர்கள்.அதான் இருள் மீது ஒளி படர்ந்ததைக் கூறினேன்.கற்பனையான ஒரு பூனை சோதனையை நிஜமாக செய்வது போல் உங்களை எண்ணிக்கொள்ளச் சொன்னேன்.இந்த கதையும் ஓரளவு நிஜம்கலந்த கற்பனை தானே! ஒருவேளை ஷோடிங்கர் பெட்டியைத் திறந்து பார்க்கையில் பூனை இறந்து போயிருந்தால்?பார்ப்போம் வாருங்கள்.

லாஸைப் பார்ப்பதற்காக மும்பை நோக்கி ரயிலில் புறப்பட்டான் இருள்.சுடலையின் கைபேசியை வெளியே எடுத்தவன் அதை கீழே தவற விட்டு விடுகிறான்.என்ன செய்வதென்று அறியாமல் ரயிலில் இருந்து இறங்கி

விடுகிறான்.உடைந்த கைபேசியை எடுத்து வருவதற்குள் ரயில் சென்று விடுகிறது.இனி என்ன செய்யும் அந்தப் பூனை?மொழி தெரியாத இடம் தெரியாத அந்த ஊரில் இருள் நடக்கிறான்.அங்கேயே இரண்டு நாட்களை கழிக்கிறான்.எப்படியும் லாஸை பார்க்க வாய்ப்பில்லை என்பது அவனுக்குத் தெரியும்.எப்படி திரும்ப ஊருக்குச் செல்ல..எப்படி சுடலை முகத்தில் முழிக்க...தற்கொலை செய்து கொள்ளலாம் என்ற எண்ணமும் அவனுக்கு வருகிறது.இருளிர்காக விமான நிலையத்தில் காத்திருக்கும் லாஸ் அவனது வருகை இல்லாததால் அவள் தந்தையுடன் ஊருக்கு கிளம்புகிறாள்.கோவத்தில் அவனை பிளாக்கும் செய்து விடுகிறாள். அன்று ஒருநாள் இரவில் சில எழுத்தாளர்கள் நெருப்பு மூட்டி வட்டமாக அமர்ந்து கஞ்சா புகைத்து கொண்டிருக்க இருள் அவர்கள் அருகில் உக்கார்ந்து கொள்கிறான்.அவர்களும் அவனை வரவேற்கிறார்கள்.அவனுக்கு புகைக்க குடுக்கிறார்கள்.பழக்கமில்லை என்கிறான்.இருந்தாலும் வாங்கி புகைக்கிறான்.அன்று அவர்களுடன் ஆடல் பாடல் கூத்து என நகர்கிறது.இருள் தன்னுடைய சோகத்தை அவர்களுடன் பகிர்ந்து கொள்கிறான்.வாழ்க்கைக்கான சில தத்துவங்களை அவர்கள் அவனுக்கு புரிய வைக்கிறார்கள்.வாழ்க்கையின் ரகசியம் வாழ்தல் தான் என்று புரிந்து கொள்கிறான் இருள்.மறுநாள் அவர்களிடம் இருந்து விடை

பெற்று புது மனிதனாக தன் ஊருக்குச்
செல்கிறான்.

சில மாதங்களுக்குப் பிறகு,இருள் ஒரு புத்தகம்
எழுதி முடிக்கிறான்.எழுத்தாளர்களுடன் இருந்த
அந்த ஒரு இரவு அவனுக்கு அந்த சிந்தனையை
உருவாக்கியிருக்கக் கூடும்.அந்தப் புத்தகத்தில்
அவனுடைய சொந்தக் கதையையே
எழுதுகிறான்.முடிவை மட்டும் அவனுக்கு
ஏற்றார்போல் லாஸுடன் சேர்வது போல்
முடிக்கிறான்.ஏனெனில் அவன் மனம் அதையே
விரும்புகிறது.ஒரு மோசமான முடிவை
படிப்பவர்கள் ஏற்றுகொள்ள மாட்டார்கள்
என்றும் தோன்றி இருக்கலாம்.

இறுதியில் தனது கதைக்கு என்ன தலைப்பு
வைக்கலாம் என்று
யோசித்தவன்,புத்தகத்திற்கு"**இரவின் மீது
படரும் நிலவொளியே**"என்று பெயரிட்டு
பேனாவை மூடி வைக்க,சுடலை வந்து `இருள்
நேரமாகி விட்டது தூங்கலாம்..நாளைக்கு
காலங்காத்தால ஒரு ஜான் கல்யாணம் இருக்கு
போவான்டாமா' னு கேக்க நிம்மதியாக தூங்க
செல்கிறான்.லாஸ்க்காக அவன் வரைந்த
ஓவியத்தின் அட்டைப்படத்துடன் அப்புத்தகம்
ஒருநாள் வெளிவரும்.

பூனை இறந்தாலும் ஷோடிங்கரின் ஆய்வு
வெற்றி பெறுகிறது.

ஒரு வகையில் பார்த்தால் நாமும்
ஷோடிங்கரின் ஆய்வில் மாட்டிகொண்ட
பூனைகள் தான்.க்யூரியாசிட்டி கில்ஸ் த கேட்
என்று ஒரு வாக்கியம் உண்டு.இந்த உலகத்தை

ஒரு சிமுலேஷன் என்று கொண்டாலும் சரி,கடவுளால் படைக்கப்பட்டது என்று கொண்டாலும் சரி..நமக்கு மேலே இருக்கும் அளப்பரிய சக்தியான பிரபஞ்சம் ,கடவுள்,படைத்தவன் என்ற ஸ்கொடிங்கர் நம்மை வைத்து ஆய்வு செய்து கொண்டுதான் இருக்கிறார்.நம்மை வைத்து அவர் என்ன செய்கிறார் என்று நாம் தெரிந்து கொள்வதற்குள் இறந்து விடுகிறோம்.தேடல் நம்மைக் கொன்று விடுகிறது. ஸ்கொடிங்கர் ஆய்வு செய்கையில் பெட்டிக்குள் போகும் பூனைக்கு என்ன நடக்கப் போகிறது என்று எதுவும் தெரியாது.அது போலதானே நாமும்.எதற்காக படைக்கப்பட்டோம்?அடுத்த கணம் என்ன? என்று தெரிய வாய்ப்பே இல்லை.நாம் எடுக்கும் ஒவ்வொரு முடிவும் மரத்தின் கிளைகள் பல திசைகளில் வளைந்து செல்வதைப்போல் வெவ்வேறு இன்பினிட்டியான பாஸிபிலிட்டிக்களை உருவாக்குகிறது.

வளைக்குள் புகுந்து கொண்ட எலியை கொல்ல பூனை மணலை நிரப்பி வளையை மூடி விட்டு நீண்ட நேரம் காத்திருந்து நேரமானதால் வேறு இரை தேடிச் செல்கிறது..எலி செத்ததா இல்லை வேறு வழியில் தப்பித்தாதா என்று பூனைக்குத் தெரியவில்லை. எலியும் புழு,பூச்சியைப் பிடிக்க ஒரு சோதனையில் ஈடுபடும்.அதே போல் தான் மனிதனும் பூனையை வைத்து சோதனையில் ஈடுபடுகிறான்.இப்போது உங்களுக்கு ஒரு கேள்வி!

ஆக மனிதனும் யாரோ ஒருவரால் சோதனைக்கு உட்படுத்தப்படுகிறான் என்று நினைக்கிறீர்களா?

ஆச்சர்யமாக இருக்கிறதா? ஒரு துளி விந்து மற்றும் அண்டத்தின் மூலமே விருட்சம் கொண்டவர்கள் நாம் என்பதை விடவா பெரிய ஆச்சர்யம் இந்த உலகில் இருந்து விடப் போகிறது!

என் வாழ்வில் இதுவரை நடந்த விஷயங்களில் சிலபல மாற்றங்களை ஏற்படுத்தியும் கற்பனைகள் பல கலந்தும் பெயர்களை மாற்றியும் இந்த கதையை எழுதியுள்ளேன். என் வாழ்வில் மாற்றம் தந்த ஒரு சிலரை நிஜ பெயரை குறிப்பிடாமல் கதாபாத்திர வடிவிலே இங்கு குறிப்பிட வேண்டும் என்று விரும்புகிறேன்.

முதலில் சுடலை. சுடலை போன்ற ஒரு நண்பன் அவனுக்கே கூட கிடைத்திருக்க மாட்டான். நிஜ வாழ்க்கையில் அவன் எனக்காக செய்த விஷயங்கள் எல்லை இல்லாதது. அவன் கற்றுகொடுத்தது ஏராளம். எனக்காக சொல்ல முடியாத எந்த எல்லைக்கும் சென்றான். என் வாழ்வின் கடினமான சூழ்நிலையில் தற்கொலை எண்ணம் பளிச்சிட்ட போது அவனிடமே முதலில் கூறினேன். கொஞ்சம் கூட பதறாமல் 'ரெவநென்ட்', 'பெர்சுட் ஆப் ஹாப்பினெஸ்' படங்களை தந்து இதைப் பார்த்து விட்டு சாகு என்று சுலபமாகச் சொல்லி விட்டு மருத்துவமனையிலிருந்து சென்று விட்டான். உண்மையைச் சொல்லப்போனால்

அந்த படங்கள் என் தவறான எண்ணங்களை மாற்றும் என்பது அவனுக்குத் தெரியும்.மாற்றவும் செய்தது.சில வருடங்களுக்கு முன் மனதளவில் நான் பாதிப்புக்கு உள்ளான நேரத்தில் "ஏக்கார்ட் டோலே"வின் புத்தகங்களை எனக்கு அறிமுகப்படுத்தியதும் அவன் தான்.ஐம்பது ரூபாயோ ஜநூறு ரூபாயோ பர்சில் கசக்கி தான் வைப்பான்.கேட்டால் அதற்கு நான் கொடுக்கும் மதிப்பு அவ்வளவு தான் என்பான்.ஆண்டவன் நம்மைப் படைத்ததே மற்றவர்களுக்கு உதவத் தான் என்று அடிக்கடி என்னிடம் சொல்வான்.நிறைய கற்றுக் கொடுப்பான்.என்னை மாற்றியது முதல் என் வாழ்வின் எல்லா சந்தோசத்திலும் என் நண்பர்கள் பங்கு எப்போதுமே உண்டு.

விஜி கதாப்பாத்திரம்.நேற்று தான் நானும் சுடலையும் மற்றொரு நண்பன் ஜே.வும் விஜியின் திருமணதிற்குச் சென்றோம்.அதற்கும் கூட காரணம் சுடலை தான்.வாழ்கையின் ஒரு சுவையை அறிய வைக்கப் பாடுபட்டான்.நாங்கள் சென்றது விஜிக்கு தெரியாது.கொரோனா மாஸ்க் பெரிதும் உதவியது.தொலைவில் இருந்து கண்ணை இமைக்காமல் விஜியை பார்த்துக் கொண்டே இருந்தேன்.உள்ளுக்குள் சற்று கலக்கமாக இருந்தாலும் விஜியின் எதிர்காலத்தை நினைத்து மகிழ்ச்சி அடைகிறேன்.அவளுக்கான ஒரு அற்புதமான வாழ்க்கை அமைந்து விட்டது என்று மகிழ்ச்சியுடனே வெளியே வந்தேன்.விஜியிடம் நான் தைரியமாக என் காதலை வெளிபடுத்தக்

காரணமாக இருந்த மற்றொரு கல்லூரி நண்பன் கிச்சு.இன்று அவன் உயிருடன் இல்லை.ஒரு விபத்து அவனை கொண்டு சென்றது.அவன் இருந்திருந்தாலும் இல்லை எனிலும் என்னுடைய கதையை அவன் விரும்புவான் என்று எனக்குத் தெரியும்.

லாஸ் மி விடா..லாஸ் கதாபத்திரத்தை நேரில் பார்க்க முடியவில்லை.ஆனால் கைபேசியில் செலவிட்ட தருணங்கள் அழகானவை.அவளுக்கு போன்சாய் மரங்கள் மிகவும் பிடிக்கும்.அவள் காதலனுடன் மகிழ்ச்சியாக இருக்கிறாள்.எதிர்காலத்தில் அவள் குழந்தைக்கு நான் காட் பாதர் ஆக இருக்க வேண்டுமாம்.அவள் திருமணத்தில் நான் தான் அவள் கைகளை பிடித்து அவள் கணவனிடம் கோர்க்க வேண்டுமாம்.அந்த அழகான தருணங்களுக்காக அன்போடு காத்திருக்கிறேன்.லாஸின் தந்தையும் இனிமையானவர்.அவளுக்காக நான் வரைந்த ஓவியத்தை அவளிடமே ஒப்படைத்து விட்டேன்.

பிறகு உண்மையில் அந்த கணினி ஆசிரியர் வயிற்றில் குழந்தையுடன் வந்ததைப் பார்த்ததும் இரண்டு,மூன்று நாட்கள் கல்லூரிக்கே செல்லவில்லை.நினைத்து பார்த்தால் இன்று வேடிக்கையாக உள்ளது.வாழ்கையில் நடக்கும் எல்லா விஷயங்களும் தான். சுகம்,துக்கம்,மகிழ்ச்சி எல்லாம்..பிறிதொரு நாளில் வேடிக்கையாக தோன்றும்.

என்னுடைய தாய் தந்தையை எனக்கு ரொம்ப பிடிக்கும்.ஒரு காலத்தில் என் தந்தையுடன்

அமர்ந்து பீரை பகிர்ந்து கொண்டதில் மகிழ்ச்சி அடைகிறேன்.என் தாயார் என்னை அசைய விட்டதில்லை.கடைக்கு கூட என்னை இருக்க சொல்லி விட்டு அவர் சென்று எதுவேண்டுமானாலும் வாங்கி வந்து தருவார்.அவர்களுக்கு நான் திருப்பி செய்யும் காலம் சொடுக்கு போடுமும் வந்துவிடும்.

இக்கதையில் நான் சுடலை அம்மா என்று குறிப்பிட்ட கதாபத்திரம் உண்மையில் மற்றொரு நண்பன் ஜே.வின் தாயார்.என்னையும் அவர் பிள்ளை போல் பார்த்து கொள்வார்.அவர் சமையலுக்கு நான் அடிமை.

பிறகு அந்த ஷோடிங்கரின் செய்த ஆய்வு ஒரு கற்பனையான ஆய்வு தான்.டார்க் தொடரில் கூட குறிப்பிட்டு இருப்பார்கள்.பாரடாக்ஸ் என்பார்கள்.முரண்பாடான ஆய்வு என்பதால் ஷோடிங்கரே தனது துறையிலிருந்து வேறு துறைக்கு மாறிவிட்டார்.நீங்கள் பூனையை வைத்து ஆய்வு செய்து விடாதீர்கள்.பூனை எனக்குப் பிடித்த உயிரினம்.வேண்டுமானால் உங்கள் பிரச்சனைகளை,துன்பங்களை பெட்டிக்குள் போட்டு மூடி சாவியை எங்காவது தூக்கி எரிந்து தொலைத்து விடுங்கள்.

என் வாழ்வின் மோசமான சூழ்நிலைகளைக்கூட நான் நண்பனாக்கப் பழகிக்கொண்டேன்.இயற்கையுடன் நேரங்களை செலவிடுகிறேன்.எதையும் எதிர்பார்ப்பதில்லை.எதையும் தேடிச் செல்வதில்லை.வெற்றிடத்தின்பாடு விட்டு விடுகிறேன். இந்த உலகம்

அழகானது.புல்,கல்,செடி,மரம்,மனிதன்,
விலங்கு,பக்டீரியா எல்லாம் அழகானது.நான்
வாழும் இந்த வாழ்க்கை அழகானது.இந்த
பிரபஞ்சம் அழகானது.வலிகள்
அழகானது.வாழ்க்கை அழகானது.தோல்வி
அழகானது.காதல் அழகானது.காமம்
அழகானது.நீங்களும் தான்.

புகழ்பெற்ற இயக்குனர் `கிம் கி டக்' தனது த்ரீ
அயன் படத்தில் ஒரு அழகான வாசகத்தைச்
சொல்லியிருப்பார்.அதாவது **நாம் வாழும்
இந்த உலகம் உண்மையில் ஒரு கனவா?
இல்லை நிஜமா?என்று கூறுவது
கடினம்.**என்பது தான் அது.

யோசித்துப் பாருங்கள் அல்லது கடந்து
செல்லுங்கள்.

சரி செய்ய முற்படாதீர்கள்.தவறுகளில் வாழப்
பழகிக் கொள்ளுங்கள் என்ற அடிப்படையில்
ஒரு கிரகத்தில் தற்போது நாம் வாழ்ந்து
கொண்டிருக்கிறோம்.

தேடிச் செல்லுங்கள்.பத்திரம்!தேடல்
உங்களைக் முற்றிலும் விழுங்கி விடாமல்
காத்துக்கொள்ளுங்கள்.

தலைவலி,காய்ச்சல் என்று உபாதைகள்
வந்தால் வருத்தப் படாதீர்கள்.உங்கள் உடல்
செல்கள் ஒருங்கிணைந்து போராடப் போகும்
தருணத்தை எண்ணி மகிழுங்கள்.

என்றாவது தற்கொலை எண்ணம் வந்தால்
நான் உங்கள் அருகில் இருப்பதாக நினைத்துக்
கொள்ளுங்கள்.என்னைத் தொடர்பு கொள்ள

முயலுங்கள்.நமக்காக யாருமில்லை என்ற
உணர்வை விட்டு விடுங்கள்.இந்த மொத்த
பிரபஞ்சமே உங்களுக்காகத் தான்.ஆம்
அதற்காகவே நான் படைத்தேன்.
நான் உருவாக்கிய இந்தப் பிரபஞ்சத்தை
அழகாக்குங்கள்.நீங்களும் தான்.

நீங்கள் அழகாக மாற
வாழ்த்துகிறேன்.விரும்புகிறேன்.நன்றி!

9 789355 333865